The Defiant Muse

VIETNAMESE
FEMINIST
POEMS
FROM ANTIQUITY
TO THE PRESENT

Defiant Muse Bilingual Poetry Series

Dutch and Flemish Feminist Poems from the Middle Ages to the Present
Edited and with an Introduction by Maaike Meijer
Coedited by Erica Eijsker, Ankie Peypers, and Yopie Prins

French Feminist Poems from the Middle Ages to the Present
Edited and with an Introduction by Domna C. Stanton

German Feminist Poems from the Middle Ages to the Present
Edited and with an Introduction by Susan L. Cocalis

Hebrew Feminist Poems from Antiquity to the Present
Edited and with an Introduction by Shirley Kaufman,
Galit Hasan-Rokem, and Tamar S. Hess
Foreword by Alicia Suskin Ostriker

Hispanic Feminist Poems from the Middle Ages to the Present
Edited and with an Introduction by Angel Flores and Kate Flores

Italian Feminist Poems from the Middle Ages to the Present
Edited by Beverly Allen, Muriel Kittel, and Keala Jane Jewell,
with an Introduction by Beverly Allen

The Defiant Muse

VIETNAMESE FEMINIST POEMS
FROM ANTIQUITY TO THE PRESENT

A BILINGUAL ANTHOLOGY

Edited by Nguyễn Thị Minh Hà,
Nguyễn Thị Thanh Bình,
and Lady Borton

With an Introduction by Lady Borton
and a Foreword by Grace Paley

The Feminist Press
at the City University of New York

The Women's Publishing House
Hà Nội, Việt Nam

Published in 2007 by The Feminist Press at the City University of New York
365 Fifth Avenue, Suite 5406
New York, New York 10016
www.feministpress.org

First edition

Library of Congress Cataloguing-in-Publication Data
Vietnamese feminist poems from antiquity to the present / edited by Nguyen Thi Minh Ha,
Nguyen Thi Thanh Binh, Lady Borton.
    p. cm. – (The defiant muse)
  ISBN-13: 978-1-55861-549-6 (pbk.)
  ISBN-10: 1-55861-549-0 (pbk.)
  ISBN-13: 978-1-55861-550-2 (cloth)
  ISBN-10: 1-55861-550-4 (cloth)
  1. Feminist poetry, Vietnamese—Translations into English. 2. Feminist poetry,
Vietnamese. 3. Feminism—Poetry. I.Minh Ha, Nguyen Thi. II. Thanh Binh, Nguyen Thi. III.
Borton, Lady., 1956 May 1–
  PL4378.65.E5V55 2007
  895.9'221008–dc22

                                                                            2007003929

This publication was made possible, in part, by the Samuel Rubin Foundation and
Judy Lerner.

Cover art by Nguyễn Tiến Chung
Typeset by Chu Thị Thanh Hương
Printed on acid-free paper by Transcontinental Printing
Printed in Canada

CONTENTS

THE 20TH CENTURY TO THE PRESENT:
Poems in Romanized Vietnamese Script *(Quốc Ngữ)*

FOREWORD

These poems are not all sunlight. They are about women, many of them are poems of sorrow. Occasionally one meets up with an unruly and unconquerable heroine of battle, but by and large the poems describe the ordinary human condition. One comes away from them with an abiding sense of the female. So many of them are beautiful. This is because the writers are Vietnamese, they come from a long tradition of an art both elegant and skillful. These selections go back to the earliest folk tradition, the *ca dao*, spoken and sung before writing and continuing to this day. There is surprisingly little to what makes a poem in addition to where it *comes from*: a detail, a precise image expressed with feeling. In one poem a girl offers her lover a "quid"—something to chew on that might be sweet (the areca nut) or sharp (the leaf coated with lime). In another poem, a cat sprawls in the yard, playing with the sunlight.

> The cat turns round my sadness.
> I see myself in a glass,
>
> . . .
>
> The gate to marriage shut tight,
> Imprisoning me so gently.
>
> . . .
>
> Our loneliness uncontained.

What I like too is the gossiping between women. Storytelling is at the heart of fiction and often of poetry. Certainly there is an easy accessibility to these poems. Often one woman talking to another and pretty much down to earth. "Sharing a Husband," for example, for whom "A couple of turns a month is meaningless / I try for the sticky rice, but it's always stale."

There is the common ordinary routine of threading silk and washing a shirt collar. The many centuries represented in these pages pass as the hours of the day, with familiarity and clarity. One feels below the lines the deeper structure or rhythm of the traditional Vietnamese six-eight meter. The music, the sound of speech is untranslatable and has to come through as best as it can.

Whereas men's actions in farming are solitary, as Lady Borton observes—mending a hole in the dike or plowing with a water buffalo—the women's songs encourage each other. The women are ankle-deep in the rice paddy, planting shoots in a straight line, as the well-known Japanese haiku says, "The rice-planting women. Everything about them / dirty except their song."

The oral tradition continues to this day. My first experience of this was at a public reading at the William Joiner Center for the Study of War and Social Consequences in Boston. The translation of the poem is read first in English followed by the original recited by the author from memory. The Vietnamese speak their poems. More often this performance is by male poets; the women tend to be more modest and discreet. Not to say they are not generally present in the room. They are. One hears this in their laughter.

These poems often have to do with war, a series of wars against China, Japan, France, the United States. The lament of a soldier's wife "a handkerchief drenched in tears." "The Silkworm Thread":

> One tray of silkworms makes five trays of cocoons
> Hoeing and raking the garden to grow mulberries.
>
> . . .
>
> That pleases me
> As I work,
> Thinking of you living
> Under bombs and shells in unrelenting rain and heat.

Women's teams are the subject of many poems in Việt Nam and of short stories as well. The poem here by Lê Thị Mây, "The Sand in My Village," has particular meaning for me since I traveled down the Vietnamese peninsula during the war. In the poem the women are far from home; they are filling the holes of bomb craters. "I felt [sand] in the pocket of my blouse," and then she remembers her seaside village. "Whenever we finish this battle with the invaders, / I'll go home and give the grains of sand back to the sea."

In our own country, we play down heroic rhetoric. What spirit the Vietnamese people have! During the war, whole Vietnamese families lived together in shelters underground. I was told: "We did it so we could continue to live normal lives."

Since the 1930s there are brave "feminist" poems. A woman in Sài Gòn writes, "How much I miss your kisses in Hà Nội." We are in modern and urban times. Another poem, "Her Husband, My Husband," is about love with its singular loss and many suspicions. These poems are at a distance from the peasant idiom. More details and of course more individualized.

They are coming over here now to the United States under the auspices of the William Joiner Center for the Study of War and Social Consequences and other organizations, poets already well known in their country. They come to us from a larger and in many ways a richer tradition that has kept its freshness. And certainly from a longer practice. Their stance as poets seems in a sense natural. One feels these Vietnamese woman poets are closer to their society as a whole and are more valued.

They are a joy to us.

Grace Paley
Thetford, Vermont
May 2007

ACKNOWLEDGMENTS

Three individuals—Trần Thu Hương, retired director of the Women's Publishing House in Hà Nội; Florence Howe, founder and publisher of The Feminist Press at the City University of New York; and Cora Weiss, president of the Samuel Rubin Foundation in New York—stood forward with their support when we began discussing this anthology ten years ago. With their help, *The Defiant Muse: Vietnamese Feminist Poems from Antiquity to the Present* is the first book jointly produced from the outset by a Vietnamese and an American publishing house. The early and consistent support of these three women made this book possible.

In 2003, the Women's Publishing House in Hà Nội brought out *Tuyển thơ Tác giả nữ Việt Nam* (Anthology of poetry by Vietnamese women), edited by Lại Nguyên Ân, Ý Nhi, Ngô Thế Oanh, Mai Hương, and Phạm Xuân Nguyên. We began with their collection, then chose different poems by some of the poets they had selected, and added newly emerging younger poets. Our work would not have been possible without the scholarship and tremendous labor of those five editors, who winnowed the immense wealth of Vietnamese women's poetry down to their 700-page anthology.

We would like to express our great appreciation to these friends and colleagues.

The Editors

INTRODUCTION

> *Her horses on the pass terrified the enemy;*
> *Golden armor bands cooled her elephant's forehead.*[1]

From "Queen Trưng"
(Reign: 40–43)
—Ngân Giang

Việt Nam's written history of two thousand years chronicles foreign invaders: Chinese, Mongols, Thais, French, Japanese, French again, Americans, and, after the Americans, the Khmer Rouge, and then the Chinese again. The result has been resistance wars with resistance heroes and accompanying narratives of separation, loss, and sorrow.

The first heroes in Vietnamese recorded history (as opposed to legends) are women. Trưng Trắc and Trưng Nhị grew up during the first century of the Common Era in Mê Linh on the outskirts of Hà Nội, the capital of modern-day Việt Nam. The sisters studied martial arts while young. After their husbands died fighting the Chinese, the Trưng sisters mounted elephants and took command of the army with its many women officers, whose names are still known.

Việt Nam is famous for its long tradition of poet generals, yet few people realize that the practice of combining military arts *(võ)* and literary arts *(văn)* also began with a woman. In 40 C.E., Trưng Trắc stepped onto the platform at the flag-worshiping ceremony before the battle began against the Chinese. Standing in front of her officers, she unsheathed her sword and recited her "Oath at Hát River," a quatrain in six-eight meter—a six-word line followed by an eight-word line:

> First pledge: Wash away the enemy;
> Second pledge: Rebuild the Hùng Family's ancient karma;
> Third: Revenge injustices against my husband;
> Fourth pledge: Execute this oath beginning to end.[2]

After the Trưng sisters defeated the invading Chinese, Queen Trưng Trắc established her capital at Mê Linh. Then, in 41, the Chinese invaded again, this time with 200,000 troops. The sisters' fierce defense lasted over a year, until their soldiers had used their last spears and arrows. Rather than surrender, Trưng Trắc and Trưng Nhị drowned themselves in the Hát River.

The Trưng sisters do not stand alone as women heroes. A famous Vietnamese saying—"When the enemy arrives, even the women must fight"—has guided many generations of Vietnamese. The saying is thought to have originated from the time of the Trưng sisters or from the resistance led by Bà Triệu (226–248).

Bà Triệu came from Thanh Hóa Province in the center of Việt Nam. Between 246 and 248, she led an uprising against the Ngô Chinese occupation and fought thirty successful battles, also commanding her troops from atop an elephant. Bà Triệu created a liberated zone, set up a government administration, and ruled for several months until the Chinese overran the area, whereupon she, too, drowned herself rather than surrender. She was twenty-three. Bà Triệu's brother had tried to discourage her aspirations. She is credited with replying: "I want to ride the tempests, tame the waves, and behead the sharks in the Eastern Sea. I want to exterminate the enemy, protect our borders, and save our people from the misery of slavery. I do not want a life of bowing my head and bending my back as a concubine."[3] An oral folk poem (ca dao) in six-eight meter cements Bà Triệu's place as a historical model:

> Sleep, my dear child, sleep sweetly
> While Mother hauls water and scrubs Mr. Elephant.
> When scaling mountains on your own,
> Remember Bà Triệu, her elephant, her resounding gong.[4]

The traditional culture that Vietnamese have sought to protect since ancient times is one rich in literature and the arts and one in which poets represented the nation's most esteemed profession. That tradition is fast changing with the market economy's emphasis on personal wealth as life's major goal. Nevertheless, Việt Nam remains a land of poetry. Ordinary people compose poems for friends and special occasions. In conversation, they often quote lines from both oral folk poetry and formal written poetry.

Young Vietnamese poets today carry on the ancient tradition of conversation in poetry by typing spontaneous lyrics in phone text messages. Foreigners are stunned when they invite Vietnamese poets to present their work at readings. The Vietnamese step forward, their hands empty. Without printed text, these poets introduce a heritage dating back several thousand years as they recite their poems, their voices enriching the natural musicality of the Vietnamese language.

Oral Folk Poems *(Ca Dao)*: Sources of Việt Nam's National Poetic Tradition

Ca dao (Vietnamese oral folk poems) have been handed down since before 1000 C.E., the beginning of Việt Nam's extant written literature (in contrast to occasional verses). The wet-rice cultivation that began several thousand years ago in Việt Nam's northern Red River Delta was impossible in colder China to the north. Except for building paddy dikes, traditional rice farming for men is solitary, whether they plow or drive oxcarts. In contrast, rows of women with many hands and many voices work together in the paddies. Thus, it is likely that many *ca dao* were composed by women to entertain each other while transplanting, weeding, and harvesting rice:

> With the Second Month in sight,
> Girls weed out grass, boys build the dike.
> Girls speak lyrically and recite verses,
> While boys delight in bawdy curses.[5]

Ca dao reflect multi-faceted lifestyles, from customs to practices, from work to community activities, from relationships among villagers to

individual psychology. The women composing *ca dao* often character-
ized their own unpredictable plight:

> My fate, a peach silk band
>
> Floating in the market, but reaching whose hand?
>
> I sit beneath bamboo, lean against apricot branches.
>
> Eastern peaches, Western willow, who is my sweet?
>
> My fate: To be a well near the street,
>
> Sages wash their faces; dolts wash their feet.[6]

Womanly "virtue" is nearly meaningless in *ca dao*, for these are
farmers' poems with an earthiness meant to amuse. Love between men
and women is more nuanced than in legends, tales, fables, humorous
stories, sayings, and proverbs:

> I saw you, I wanted to speak,
>
> But worried my husband had stood up to peek.
>
> Even if he were staring instead,
>
> You and I, dear, have agreed to wed.[7]

Although *ca dao* seldom mention sexual desire, the genre's origin
amid gossip in the rice paddies allowed the risqué:

> At fifteen, I was already wed;
>
> Protective, my husband didn't take me to bed.
>
> When I was about eighteen instead,
>
> He drew me from the floor and led!
>
> Once we loved, twice, a spree—
>
> Until we broke a bed leg, leaving three!
>
> At home, help my parents see:
>
> He has given me both friendship and harmony.[8]

Ca dao are untitled. The poems were composed across the centuries and written down in ideographic Chinese script *(Hán)*, ideographic Vietnamese script *(Nôm)*, and Romanized Vietnamese script *(Quốc Ngữ)*. Most of the poems are in six-eight meter—a six-word line followed by an eight-word line. Sometimes variations of seven-word or nine-word lines appear. Occasionally there is a longer line of ten or more words. The smallest unit in *ca dao* is the couplet, which often has split lines that capture life's polarities. Rhyme and puns are also common.

There are thousands of *ca dao* from the north, center, and south of Việt Nam. The first written collection was published in the late 18th century. Today, dozens of collections of *ca dao* are available in bookstores throughout the country. These poems by ordinary people form a literary repository that has preserved Việt Nam's cultural soul from ancient times through oral transmission from one generation to the next. Even though *ca dao* were composed by ordinary people, the poems migrated into scholarly Vietnamese poetry. Việt Nam's most famous poets—including Nguyễn Du (1766–1820) and Hồ Xuân Hương (c. 1772–c. 1822)—looked to *ca dao* as both the nation's purest poetic legacy and a brimming source of inspiration. Today, *ca dao* retain their place as a rich, lyrical heritage nourishing modern Vietnamese poetry.

The 11th through the 15th Centuries: Poems in Ideographic Chinese *(Hán)*

The Chinese occupied Việt Nam for nearly nine hundred years following the defeat of the Trưng sisters in 43 C.E. Along with *Hán* ideographic script, the Chinese introduced Buddhism and Confucianism. Mahayana Buddhism arrived during the 5th and 6th centuries. By the time of the Lý and Trần dynasties (1009–1225 and 1225–1400 respectively), Buddhism had all but become a state religion, with monks sometimes attending to affairs at court. Pagodas, monasteries, and nunneries were common. With them came the spread of Buddhist teachings, texts, and *Hán* literacy within religious communities that included women.

For a thousand years, Vietnamese monks and nuns have composed *kệ*, a versified text that summarizes one's religious philosophy and is recited just before dying. A famous *kệ* by monk Trì Bát (1049–1117) defines the polarities of birth and death. However, the most famous *kệ* is by Buddhist Nun Diệu Nhân (1041–1113), whose given name was Lý Ngọc Kiều. She was a favorite niece of King Lý Thánh Tông (life: 1023–1072; reign: 1054–1072) and married a district mandarin. After her husband's death, she joined a Buddhist order and received the name Diệu Nhân. She eventually served as superior nun at Hương Hải Pagoda in what is now Hà Nội's Gia Lâm District. Diệu Nhân and Queen Lê Thị Ỷ Lan (1044–1117), whose work is also represented in this anthology, were close friends and often discussed poetry and Buddhist teachings. Although Diệu Nhân created a substantial body of work, there remains only this *kệ*:

> Birth, old age, sickness, death
>
> Are commonplace and natural.
>
> Should we seek relief from one,
>
> Another will surely consume us.
>
> Blind are those praying to Buddha,
>
> Duped are those praying in Zen.
>
> Pray not in Zen or to Buddha,
>
> Speak not. Linger with silence.[9]

Whereas Buddhism is a religion, Confucianism is a code of ethics. Two Confucian precepts—the "Three Obediences" and the "Four Virtues"—stultified Vietnamese women for generations. The "Three Obediences" dictate that a woman belongs first to her father, then to her husband, and, upon her husband's death, to her oldest son. The "Four Virtues" are proper work, proper demeanor, proper speech, and proper behavior. In 1483, the Hồng Đức Code legalized polygamy and institutionalized patriarchy in the form of the "Three Obediences." The Gia Long Code reaffirmed these strictures in 1815. Only in 1960 did the

Law on Marriage and Family formally outlaw polygamy. Confucianism still hampers both men and women. For example, in traditional settings even today, a man without a son "has no voice." At clan and village feasts, he must sit with the women and children.

Confucianism placed a high value on educational achievement through a rigorous examination system. Vietnamese today, whether inside the country or overseas, still place a high value on academic achievement. Việt Nam's examination system began to evolve in 1076 and remained in place until 1919. By the middle of the 15th century, strict regional exams every three years lasted for several months in order to screen candidates for the national examination. The exams integrated literature and public service through questions about Confucian literary classics and national management based on classical texts. Candidates also had to compose original poems based on a given first line. On average, from 70,000 to 80,000 candidates sat for each of the 158 regional-national exam cycles between 1076 and 1919. During those 843 years, only 2,906 candidates received doctorates.[10]

Confucian ethics banned women from preparing for and taking part in the exams, thereby preventing their educational advancement. Nevertheless, one woman did earn a doctorate. With her father's permission and while still a child, Nguyễn Thị Duệ (c. 1574–c. 1654) disguised herself as a boy and changed her name to Nguyễn Văn Du.[11] When her father moved the family, Nguyễn Thị Duệ used her new identity and enrolled in school. At the age of seventeen, she placed first in the national exams. King Mạc Mậu Hợp (life: 1561–1592; reign: 1562–1592) honored Nguyễn Thị Duệ even after her ruse was exposed. In 1625, the Lê-Trịnh forces captured Nguyễn Thị Duệ during the struggle between the Mạc and Lê dynasties. She asked for an audience with the Lê Court and secured an invitation to teach there. After her death, Lord Trịnh Tạc (1653–1682) raised Nguyễn Thị Duệ to the position of goddess. Her house in Chí Linh District of Hải Dương Province midway between Hà Nội and Hải Phòng is a national historical site.[12] This couplet by Nguyễn Thị Duệ from a longer poem in six-eight meter asserts a place for women in academia:

This girl is taking the exam,
Like the best scholar, strength is at hand.[13]

As a result of Confucian teachings, only a few women during feudal times could read and write. Since works by women were not highly valued, few documents by women survive from before the 15th century. One known writer from that time is Nguyễn Thị Bích Châu (c. 1356–1377), a favorite concubine of King Trần Duệ Tông (life: 1337–1377; reign: 1372–1377). Nguyễn Thị Bích Châu tried to stop the king's unsuccessful campaign against the Champa. According to legend, when a violent storm threatened the king's navy, Nguyễn Thị Bích Châu drowned herself in the sea to appease the God of the Waters.

Nguyễn Thị Bích Châu took the title for her "Ten Points to Remember Before the Cock's Crow" from a poem by Confucius. Although not written in the poetic prosody of that time, her points made in the *Hán* text of the "Ten Points to Remember" are still cited today as a source of guidance:[14]

First: Ensure the people are content by eliminating cruelty and by strengthening the country at its roots.

Second: Ensure the Court is lawful and open by preserving past traditions and discarding unsuitable practices.

Third: Preserve the country by censoring those who abuse power.

Fourth: Alleviate the people's suffering by dismissing corrupt officials.

Fifth: Open the scholarly tradition so its rays spread as widely as the light of the sun and the moon.

Sixth: Give clear directives so both speech and the city gates can be open.

Seventh: Choose soldiers for strength and bravery over stature and bearing.

Eighth:	Choose generals for competence over kinship.
Ninth:	Choose weapons for efficacy over show.
Tenth:	Devise a clear, logical battle strategy.[15]

Nguyễn Thị Lộ (1398–1442) put her advice on leadership into poetic form. According to legend, she was selling mats in the market when Nguyễn Trãi (1380–1442), the famous poet-strategist, happened by. Entranced by Nguyễn Thị Lộ's beauty, Nguyễn Trãi recited for her an extemporaneous poem and was even more enchanted when she responded in kind. For years, as husband and wife, the two carried on a conversation in poetry, of which only one poem by Nguyễn Thị Lộ remains extant, with these lines of advice to Nguyễn Trãi:

> Draw on noblemen for your feelings,
> Draw on saints and sages for your ethics.
> . . .
> Beware the offspring of saints and sages.[16]

Ngô Chi Lan (15th century) is the first woman to make an important contribution to the development of written Vietnamese poetry. She blew an entirely new breath of content and artistic form into an atmosphere stifled by strict poetic formulae inherited from the Chinese T'ang dynasty (618–907). The result is a refined calm, as in this stanza from "Lotus-Gathering Song":

> Yonder, a girl with black hair
> Creates tiny whirlpools as she leisurely gathers lotus,
> A young girl, sweet and reserved,
> Paddling a dinghy among blossoms starting to bloom.[17]

The 16th through the 19th Centuries: Poems in Ideographic Chinese *(Hán)* and in Ideographic Vietnamese *(Nôm)*

During the nine centuries of Chinese occupation, the dominant written language was *Hán* ideographic Chinese. However, Vietnamese also developed their own vernacular ideographic script, *Nôm*. Vietnamese scholars think *Nôm* may have originated in the 8th century of the Common Era as a way for Vietnamese to express their own language and culture while under Chinese occupation.

In November 938, Ngô Quyền (life: 897–944; reign: 939–944) defeated the Chinese at a famous battle in the Bạch Đằng River near Hải Phòng. Ngô Quyền's forces sank iron-tipped stakes in the river. At high tide, a Vietnamese detachment lured the Chinese fleet over the spikes and up Bạch Đằng River toward Ngô Quyền's hidden ships. Once the tide turned, the Vietnamese attacked, driving the invaders' ships into the spikes, thereby defeating the Chinese.

Within months of independence, in 939, Ngô Quyền declared *Nôm* the national script. From 939 until the early 20th century, Vietnamese used *Nôm* for literature and works about philosophy, history, religion, law, and medicine in addition to government documents. The earliest extant *Nôm* poetry is from the 13th century. Today, elders in villages of northern Việt Nam's Red River Delta still write prayers for their ancestors in *Nôm* and read them at the annual *Tết* (Lunar New Year's) clan ceremonies. Nevertheless, it is important to note that, even though *Nôm* is the repository of a thousand years of Vietnamese culture, fewer than a hundred scholars worldwide can read and translate the script.

The 16th, 17th, and 18th centuries brought discord, upheaval, and civil war, which began in 1558 and continued until 1786. Many works of art and literature, particularly from the 16th and 17th centuries, were lost or burned. During the 1780s, King Quang Trung (life: 1753–1792; reign: 1788–1792) defeated the rebels, drove out the invading Chinese, united the country, and reestablished stability. Once again, the arts began to flourish. Women wrote in both *Hán* and *Nôm* even though they were still constrained by Confucian precepts.

The work of Đoàn Thị Điểm (1705–1748) comes from the period of civil turmoil and reflects its anguish. Đoàn Thị Điểm is unique in Vietnamese letters. Although she wrote many poems, she is most famous for a translation, which is considered better than the original. Her rendition into *Nôm* of Đặng Trần Côn's *Hán* version of "Lament of a Warrior's Waiting Wife" remains one of Việt Nam's greatest literary works and is among world literature's most plaintive statements about war. Every Vietnamese knows at least some of its lines by heart, in particular this quatrain describing a couple's parting:

They both stare once again yet see nothing at all

But the green, green of thousands, thousands of mulberry trees,

Thousands of mulberries so intensely green but all of one color.

His heart or hers: Who endures the greater anguish?[18]

Hồ Xuân Hương (c. 1772–c. 1822) is often called the "Queen of Vietnamese Poetry." Xuân Diệu (1917–1985), a famous Vietnamese poet and literary critic, considered Hồ Xuân Hương and Đoàn Thị Điểm (see above) and two male writers, Nguyễn Trãi (1380–1442) and Nguyễn Du (1765–1820) as Việt Nam's premier poets.[19] Hồ Xuân Hương's work has been translated into French, Russian, Chinese, English, Bulgarian, Korean, and Japanese. Despite her fame, relatively little is known about Hồ Xuân Hương's life. Her father came from Nghệ An Province in central Việt Nam. He left his home village to teach in Hải Dương Province in northern Việt Nam, where Hồ Xuân Hương was born. She was able to study as a child; after her father and half brother died, she continued studying *Hán* and *Nôm* on her own.

Hồ Xuân Hương married twice and was a lesser wife both times. She lived near Hà Nội's West Lake and was friends with Nguyễn Du (1765–1820), author of *The Tale of Kiều*, Việt Nam's epic poem of 3,254 lines in six-eight meter. Some literary critics regard *Kiều*, which is based on a Chinese story, as an extended metaphor for the oppression of Vietnamese by successive foreign invaders. Beautiful young Kiều suffers a series of demoralizing trials at the hands of her oppressors, including entrapment in a house of prostitution. Vietnamese often quote this line from that scene:

Those beset by distress can never know happiness![20]

In contrast to Nguyễn Du, Hồ Xuân Hương portrayed life's distress in short, succinct poems. She broke with tradition by expressing a thirst for love through powerful images of sexual desire. Hồ Xuân Hương relied on Vietnamese *ca dao* as well as on Chinese T'ang dynasty prosody to write *Nôm* poems that seem deceptively simple yet use startling, erotic metaphors. In "Honoring the Fan," the seventeen or eighteen bamboo slats needed to make a fan also reflect the years when a young woman comes of age:

Seventeen or eighteen, you should be
Cherished, never leaving his hands.
Stout or thin, you open to three corners,
Wide or narrow, you're secured by one stud.[21]

Hồ Xuân Hương's work highlights the injustices against women in a Confucian society, including the vulnerability of concubines, the tragedy of widows, the disgraces of stereotyping, and the betrayal of lovers. In another break with tradition, Hồ Xuân Hương often described her personal oppression in a feudalistic society, as in these lines from "Sharing a Husband":

This wife draws the blanket, that one a chill,
A plague on the plight of sharing a husband.
. . .
I try for the sticky rice, but it's always stale,
I work for hire: Hired, I receive no pay.[22]

Most feudal poetry from this period reflects the ritualized and refined court life and shows little consciousness of the peasants' struggle against hunger. Exceptions are the poems by half-sisters Mai Am (1826–1904) and Huệ Phố (1830–1882), two of the 142 children fathered by King Minh Mạng (life: 1791–1841; reign: 1820–1841). Although the sisters grew up amid regal splendor, they also traveled outside the palace. These lines from Mai Am's "The Peasants' Words" express compassion for ordinary people:

> Eastern winds rustle grasses along the paddies,
>
> We hurry, hurry to our farming work.
>
> Everyone out to plant, transplant without rest,
>
> Fearing the good weather will quickly pass.
>
> Shouting, we carry plows to the paddies,
>
> Clear every spot of grass without complaint.
>
> The rice stalks nick; the sun burns,
>
> Our sweat streams forth like pouring rain.[23]

The Early 20th Century until 1945: Poems in Romanized Vietnamese Script *(Quốc Ngữ)* before Independence

Việt Nam's first sustained contact with the West came through Dutch and Portuguese traders during the 15th and 16th centuries. Soon, Catholic missionaries arrived on the traders' ships. French colonialism in Việt Nam began with the invasion of Đà Nẵng (Tourane) in 1858. By the 1880s, despite fierce resistance, France had occupied Việt Nam and divided the country into three regions: Tonkin (the North, a protectorate), Annam (the Center, also a protectorate), and Cochin China (the South, a colony). The imperial capital remained at Huế in the Center until the 1945 August Revolution, when the capital was moved to Hà Nội.

During the middle of the 17th century, Portuguese Jesuit Alexandre de Rhodes and other priests developed a Romanized Vietnamese script, *Quốc Ngữ*, for their evangelical work. However, Vietnamese Confucian scholars spurned the script as imperialistic and continued to write in *Nôm*. Only in the early 1900s did Vietnamese patriots and revolutionaries come to view literacy as an important organizing and propagandizing tool. *Quốc Ngữ* soon gained widespread acceptance because it was easy to learn. Before long, poets started writing in the Romanized Vietnamese script used today.

As the French occupation spread, the colonizers needed Vietnamese administrators fluent in French. In the late 1800s and early 1900s, the French set up lycées for boys in Huế, Hà Nội, and Sài Gòn. These schools had French headmasters and teachers as well as Vietnamese faculty. Shortly thereafter, the French opened lycées for girls. Soon, Vietnamese students were reading the works of Rousseau, Hugo, Proust, and Gide in French; they memorized poems by Hugo, Baudelaire, and Verlaine. The French emphasized their own history, thereby educating a generation of revolutionaries. The Vietnamese students took to heart *"liberté, égalité, fraternité,"* a slogan from the French Revolution and subsequently the motto of the French Republic.

Young Vietnamese artists and writers began exploring the Western emphasis on individualism. By the beginning of the 20th century, Vietnamese poets still drew on their heritage of ancient forms but expressed individualized voices in Romanized Vietnamese script. "Autumn Resentment" by Tương Phố (1897–1973) builds on the work of Hồ Xuân Hương to establish the poet's personal anguish as a theme in Vietnamese poetry:

> You left that year in early autumn;
> Autumn returned, but you did not.
> You left, you left, never to return,
> But autumn always returned, leaving me senseless
> with sorrow.[24]

Tương Phố mourned her husband, who had gone off to Paris and then returned to Việt Nam but died before she could see him. During the 1920s, the arts flourished in Paris with the advent of surrealism and the post-World War I resurgence of a café and soirée society. Western poets in France as well as in the United States and Great Britain had already begun to break away from their own archaic language and syntactical inversions and to experiment with free verse. The passenger and freight ships running between Marseilles and the port cities of Đà Nẵng, Sài Gòn, and Hải Phòng brought French literature and periodicals as well as political manifestos and secret revolutionary documents from the French Communist Party, which had been founded in 1920. These materials soon spread among French-reading Vietnamese, who translated some of them into *Quốc Ngữ*.

In 1930, the newly formed Indochinese Communist Party (now called the Communist Party of Việt Nam) set up the framework for mass organizations to mobilize farmers, workers, youth, and women.[25] From 1930 on, in addition to local organizing, participants in the mass organizations applied their revolutionary fervor to the translation of foreign political works in order to propagate new ideas and build a wider nationalist consciousness.

During the 1930s, literary arts also flourished in Việt Nam, with the advent of the short story as an entirely new form and the growth of literary discussion groups. In addition to literary journals, ordinary newspapers regularly printed poems, as they do still today. Publications included *Đàn bà* (Women), *Phụ nữ thời đàm* (Women and current affairs), *Việt nữ* (Vietnamese women), and *Phụ nữ tân văn* (Women and new literature).

During the early 1930s, pressure built within Việt Nam's *làng thơ* or "village of poetry" for a sharper break from the thousand-year tradition of T'ang dynasty prosody with its strict forms and allusions to Chinese classics, which no longer resonated with a growing nationalist spirit. The formative event for the New Poetry Movement in Việt Nam occurred on 10 March 1932, when *Phụ nữ tân văn* (Women and new literature) published *"Tình già"* (Old love) by Phan Khôi (1887–1959), a male Confucian scholar and poet. Phan Khôi soon became the movement's most famous and most outspoken supporter.

On 26 July 1933, Nguyễn Thị Kiêm (pen name: Nguyễn Thị Manh Manh, 1914–?) was the first female speaker at Sài Gòn's Association for the Promotion of Learning. She advocated abandoning T'ang prosody and then read poems illustrating new forms. Her presentation described the two factions (dedication to old T'ang forms and New Poetry), created a vociferous debate, and was a major turning point in modern Vietnamese literature. Nguyễn Thị Manh Manh was only twenty. When she spoke again at the Association on 3 September 1934, a male poet usurped the stage and tried to drown her out with ridicule filled with sexual innuendo. She called out, "You men should not disregard women but, instead, should help them step forward and stretch bravely upward."[26] Nguyễn Thị Manh Manh's voice—once too new for traditionalists—retains its poignancy, as in these lines from "Visiting the Deserted Room":

> Wind slips into the empty room,
> Splashing fresh air from the fields
> Cold as copper.
> She sits dreaming—
> The old days floating by,
> Gossamer threads rousing the heart.[27]

The New Poetry Movement spread. Other women in southern Việt Nam joined, including Mộng Tuyết (1914–), Mai Đình (1917–1999), and Thân Thị Ngọc Quế (1918–). Women in the New Poetry Movement in northern Việt Nam included Vân Đài (1903–1964), Hằng Phương (1908–1983), Ngân Giang (1916–2002), and Anh Thơ (1921–2005).

Anh Thơ grew up in a feudal Confucian family; her father allowed his daughters to study only through the fourth grade since they would soon marry and be responsible solely for the kitchen. Anh Thơ was infatuated with poetry; she read and wrote secretly. One day, her younger sister mistakenly gave Anh Thơ's notebooks of poems to their father. Enraged, he called Anh Thơ into the room. "You don't know a word of *Hán*, and you've stopped studying *Quốc Ngữ*," he bellowed. "How can you write poetry? This is thoughtless and useless! I forbid it! Do you understand?" With that, to Anh Thơ's horror, her father struck a match and incinerated her poems.[28]

Nevertheless, Anh Thơ persisted and began publishing her poetry in newspapers during 1934, when she was thrirteen. In 1941, she collected those poems in *Bức tranh quê* (Rural landscapes). Nearly seven decades later and two years after her death, Anh Thơ became the only woman (compared with forty-five male writers, musicians, and artists) ever to receive Việt Nam's highest cultural accolade, the Hồ Chí Minh Award for Literature and the Arts. This award is for both general achievement and particular works. The judges cited *Bức tranh quê* and Anh Thơ's memoir, *Từ bến sông Thương* (From the wharf at Thương River). *Bức tranh quê* presents scenes crafted so that each poem is its own lyric painting, as in these lines from "Spring Afternoon":

> Rain like dust motes gentles the wharf
> A lazy boat lounges on the river
> A thatched stall stands silent in the deserted village
> Floating purple flowers fall to the earth near
>   the margose trees.[29]

By the time *Bức tranh quê* was published, World War II had already swept across Việt Nam's once bucolic land. On 22 June 1940, France surrendered to Germany. In September of that same year, Japanese troops began arriving in Việt Nam. Now, the Vietnamese faced double occupation by the French and the Japanese. On 23 November 1940, peasants in southern Việt Nam staged the Southern Uprising, raising the red flag for the first time, its gold star symbolizing farmers, workers, soldiers, intellectuals, and traders. The French retaliated by arresting 6,000 people in four provinces.

During the French reprisals for the Southern Uprising, the secret police captured Nguyễn Thị Minh Khai (1910–1941), the Communist Party secretary for Sài Gòn and the first Vietnamese woman revolutionary to have studied in Moscow. Although not a poet with published works, Minh Khai has been the subject of countless poems by ordinary men and women. While in Catina Detention Center, she drew on the ancient tradition which allowed poets to express final words before death and from the particular Vietnamese tradition of resistance. Nguyễn Thị Minh Khai bit her fingertip, used her forefinger as pen, her blood as ink, and wrote on the prison wall in seven-word meter:

Whether beaten or hung and swung, be resolute,
Whether clamped or chained, say nothing false.
"Sacrifice yourself! Struggle to serve our cause!"
The only retraction will be death's release.[30]

Still using her fingertip, she signed her name. As Minh Khai faced the firing squad, she insisted that the guards remove her blindfold so she could stare at her executioners. She wore a white blouse deliberately so the marksmen would have to see her blood.

In early 1941, Hồ Chí Minh (1890–1969), founder of the modern Vietnamese state, returned to Việt Nam after thirty years overseas. Between 1911 and 1941, he became sufficiently fluent to write in a half dozen languages and also served as interpreter and staff for the Comintern (Communist International). In 1913, Hồ Chí Minh lived in New York and Boston, a year with very large suffragist demonstrations. In early 1922, he published the first of many essays about women's rights.[31]

Now, from inside Việt Nam, Hồ Chí Minh encouraged women revolutionaries in the mass organizations and in the newly formed army. He summarized the country's history as well as special messages for farmers, women, children, and workers in six-eight–meter poems that ordinary people could easily memorize. Like many Vietnamese leaders before him, Hồ Chí Minh was also a poet-strategist. His "Learning to

Play Chess" from *Prison Diary* (a book of poems he wrote in *Hán* while he was held by the Guomindang between late August 1942 and mid-September 1943) became a mantra for Vietnamese revolutionaries:

One hapless step: Two chariots ravaged.
The right opportunity: A victorious pawn.[32]

Japanese Emperor Hirohito's surrender on 15 August 1945 and an already weakened France provided the "right opportunity." The Vietnamese revolutionaries, who had been active underground for fifteen years through mass organizations set up in 1930, seized political power during the last two weeks of August in the largely peaceful August Revolution. Hồ Chí Minh read Việt Nam's Declaration of Independence in Hà Nội before a massive crowd on 2 September 1945. President Hồ quoted from the U.S. Declaration of Independence. However, from his time in Boston during 1913, he knew that the U.S. Declaration had asserted equal rights only for white men of property. Most historians do not realize that Hồ Chí Minh checked the accuracy of the American text and then knowingly altered his Vietnamese version to say "all people are created equal." With this change, President Hồ promoted legal rights for all citizens, including women and ethnic minorities.[33]

In another stunning break with Confucian tradition that September afternoon, two women—one ethnic Kinh (Vietnamese) and one an ethnic Tày—raised the red national flag with its five-pointed star. Many years later, during the 1980s, Lê Thi (the Kinh woman) would open Việt Nam's first Women's Studies Center. Now in her eighties, she remains one of Việt Nam's key writers on gender issues. On 2 September 1945, Lê Thi stood in the ranks of an honor guard of women activists, who wore flowing white *áo dàis*. By chance, she stood at the end of her line. She did not know she would be chosen to raise the flag and had not practiced. However, Lê Thi had been the flag-raiser at her high school. As an underground student revolutionary, she had purposely jerked and tangled the rope of the French flag. Now, her task with a woman she had never met was to assure that the national flag rose in a stately manner and reached the top of the pole exactly as the last chord of the new national anthem sounded.[34]

1945–1986: Poems from Independence to Renewal *(Đổi Mới)*

The day after the Declaration of Independence, Hồ Chí Minh instituted a program that, within a few years, would shift Việt Nam's literacy rate from less than 10 percent during French colonialism to 95 percent within a generation. Before long, written literature would be the purview of ordinary people. Hồ Chí Minh's two-page proclamation, "Eliminate the Plague of Illiteracy," specifically encouraged women: "Women should study all the more. Women have been held back. This is the time women must try to catch up with the men in order to become a worthy constituency with the right to vote and to stand for election."[35]

The Potsdam Conference (17 July–2 August 1945) involving Truman, Stalin, and Churchill (succeeded by Attlee) had divided the post-war world, giving the Guomindang Chinese responsibility for disarming the Japanese north of the sixteenth parallel (Đà Nẵng) and the British responsibility for south of the parallel. After the Conference, French Provisional President Charles de Gaulle continued pressuring the Americans and the British to help him reestablish French colonial rule, particularly in Indochina.

Only six of the seventeen ministers of state in Việt Nam's new, independent government were Communists. All the leaders were educated, competent, committed, and articulate nationalists. Hồ Chí Minh had long been an advocate for colonized countries in Asia and Africa. Việt Nam's newly asserted independence and the new nation's potential success threatened French, British, and Belgian control over colonies in Africa; Portuguese and Spanish control over colonies in South America; Dutch control over the East Indies (Indonesia) and colonies in the Caribbean; and British control over colonies in Hong Kong, Malaysia, Straits Settlement (Singapore), Burma (Myanmar), and India.

Within a week of Việt Nam's Declaration of Independence, the first British troops arrived in Sài Gòn. They released and rearmed the French whom the Japanese had imprisoned. Soon, contrary to decisions made at Potsdam, French troops arrived in Sài Gòn on British and American ships and began to reassert French colonialism in Việt Nam. In November 1946, the French attacked the northern port city of Hải Phòng, killing 6,000 Vietnamese. They pressed on toward Hà Nội with American tanks and machine guns. Hồ Chí Minh and his government withdrew to bases in the mountains, from which they coordinated the Vietnamese Resistance War Against France (1945–1954). By the war's end, the United States was paying 78 percent of French costs.

Vietnamese literature reflected the resistance to French reinvasion. Women poets still depicted familiar tasks—planting mulberry trees, raising silkworms, transplanting rice seedlings, rearing children—but also described women taking initiatives in national affairs. New voices chronicled a mobilized resistance society and the pain of separated families, as in these lines by Cẩm Lai (1923–2006) from "Silkworm Thread":

> One tray of silkworms makes five trays of cocoons,
>
> One tray of cocoons makes nine spools of silk thread.
>
> Under the sun and through the rain I labor,
>
> Hoeing and raking the garden to grow mulberries.
>
> . . .
>
> From this silk I will weave a coat
>
> And dye it golden brown with bright sunlight.
>
> I will say:
>
> *Alone, I raised and wove this gift for you.*[36]

The French defeat at Điện Biên Phủ on 7 May 1954 seemed to sound the death knell for colonialism. The next day, resistance fighting broke out in Algeria, and that same day, the Conference on Korea and Indochina opened in Geneva. The Geneva Accords divided Việt Nam into North and South, with elections to be held in July 1956. However, the U.S.-backed regime in Sài Gòn refused to allow the elections. President Dwight D. Eisenhower would later note, "possibly eighty per cent of the population would have voted for the Communist Ho Chi Minh as their leader rather than [U.S.-backed] Chief of State Bao Dao."[37]

The political and military situation deteriorated into a full scale war. At the peak of the U.S.-Việt Nam War in the late 1960s, allied troops (South Vietnamese, Americans, South Koreans, Thais, Australians, Filipinos, New Zealanders, Spaniards, and Taiwanese) in the South numbered 1,412,000 or one soldier to every twelve Vietnamese citizens. An unknown number of North Vietnamese and southern revolutionary Vietnamese also fought in the South, using captured American weapons, their own resources, and materiel supplied by China and the former Soviet Union.[38]

In 1966, North Việt Nam was the first country to fight against American B-52s. During the 1972 Christmas Bombing of Hà Nội (known in Việt Nam as "Điện Biên Phủ in the Air"), Vietnamese operating Soviet missiles and antiaircraft guns shot down over 15 percent of the entire American B-52 fleet. By the war's end, several million Vietnamese from both sides had died as well as more than 60,000 Americans and their international allies. Defoliants had destroyed large swaths of Việt Nam's triple canopy forests, and bombs had decimated paddy dikes and buildings. U.S. airplanes returning to Thailand had dropped their remaining bombs on eastern Laos, which is still the world's largest repository of unexploded ordnance.

Việt Nam's greatest resource against sophisticated American military technology lay in the culture's tradition of resistance through *toàn dân* or "all the people" and in its poet-strategists. One line from Hồ Chí Minh's poem of greetings for Western New Year's Day written the year he died (1969)—"Fight so the Americans leave, fight so the puppets collapse"[39]—provided the two-step strategy the Vietnamese used during the next six years to end the war. A strategy quoted during both the French War and the U.S.-Việt Nam War came from two lines in "Proclamation of Victory over the Ngô" (Bình Ngô đại cáo) written in 1428 by poet-strategist Nguyễn Trãi (1380–1442), one of Việt Nam's four premier poets:

With unforeseen tactics, the weak can defeat the strong;
By using soldiers to ambush, a few can defeat the many.[40]

Over the centuries, Vietnamese generals have delivered their commands in verses that marching troops could easily remember, pass from soldier to soldier, and chant in unison. On 7 April 1975, three weeks before the end of the U.S.-Việt Nam War, General Võ Nguyên Giáp (1911–) wrote his order for the final North Vietnamese push to the South, which was promulgated in verse:

Race with lightning speed, faster
Be daring, and even more daring
Seize each hour, seize each minute
Rush to the Front, liberate the South.[41]

During the U.S.-Việt Nam War, women served as combatants, guerrillas, road builders, members of the medical corps, and porters. Most important and perhaps most dangerous of all, women were the undercover spies working inside American bases and nightclubs. They also served as liaison agents, transmitting messages by way of the Vietnamese "market mouth," which connected localities through ordinary buying and selling and linked provinces through the long-distance transmission of goods.[42]

In the tradition of the Trưng sisters, Nguyễn Thị Định (1920–1992) and other women in Bến Tre Province of the Mekong Delta in South Việt Nam liberated three districts (each the administrative equivalent of a county in the United States) in 1960 and held them throughout the war. "Đồng Khởi," the term for the 1960 Uprising, is now the name of Sài Gòn's most famous wartime bar and brothel street. General Nguyễn Thị Định has been the subject of many poems by ordinary people.[43]

Poets joined the effort of "all the people" and, through verse, championed the people's strength beneath apparent weakness. Writers responded to an idealistic time with harmonics and heroic lyricism. An emphasis on public education had provided this generation with strength in numbers and a base of poetry in the Romanized Vietnamese script. Further, Việt Nam's new socialist system in the North and American influence in the South began to shift some assumptions of Confucianism to create a more generous cultural context. Women spoke up with individualized voices of political consciousness about the war's blazing issues, sometimes in defiance, as in this stanza by Trần Thị Mỹ Hạnh (1945–) from "The Road Repair Team at Jade Beauty Mountain":

> The battlefield is here—The Front is here,
>
> We fight the enemy for every inch of this road,
>
> We shovel, shovel rock that smells of the mountain,
>
> Our blood and sweat blending with the mountain's basalt.[44]

Sometimes, they created quieter glimpses, as in the final stanza by Lê Thị Mây (1949–) in "The Sand in My Village":

> The wind tosses the dunes into roaring
>
> Grains of sand that coalesce into high passes.
>
> Whenever we finish this battle with the invaders,
>
> I'll go home and give the grains of sand back to the sea.[45]

The best known woman poet in Việt Nam from the generation of the U.S.-Việt Nam War is Xuân Quỳnh (1942–1988), who received Việt Nam's National Award for the Arts posthumously in 2000. In 1967, Xuân Quỳnh was a writer for *Văn nghệ* (Literature and the arts) newspaper and spent several months in the Vĩnh Linh Tunnels just north of the DMZ, the former demilitarized zone that divided North and South Việt

Nam. Villagers in Vĩnh Linh District had responded to the constant U.S. bombing by digging tunnels, some of which are now open to tourists.[46] Many children were born in the Vĩnh Linh Tunnels during the war. In "My Son's Childhood," Xuân Quỳnh captures the villagers' life:

> What do you have for a childhood
> That you still smile in the bomb shelter?
> There is the morning wind which comes to visit you
> There is the full moon which follows you
> The long river, the immense sea, a round pond
> The enemy's bomb smoke, the evening star.
> At three months you turn your head, at seven you crawl
> You toy with the earth, you play with a bomb shelter.
> I long for peace every day, every month for a year,
> For a year, you toddle around the shelter.
> The sky is blue, but way over there
> The grass is green far away on the ancient tombs.
> . . .
> When you grow up, you'll hold life in your own hands.
> Whatever I think at present
> I note down to remind you of your childhood days.
> In the future, when our dreams come true,
> You'll love our history all the more.[47]

In 1988, a traffic accident took Xuân Quỳnh's life and that of her second husband (Việt Nam's most famous modern playwright) and their twelve-year-old son (a child prodigy poet acclaimed in the former Soviet bloc countries). The crowd streaming after the funeral procession was the largest for artists in Việt Nam's modern history.

Before Xuân Quỳnh, probably no Vietnamese poet spoke of love with such pathos as in these lines from "The Boat and the Sea":

The days they didn't meet
The white-capped sea filled with longing;
The days they didn't meet
The boat's heart ached—and cracked.
If the boat should part without a farewell
The sea would have only wind and waves.

If I must part from you
I will have only storms.[48]

Ý Nhi (1944–) is one of the editors of the 700-page *Tuyển thơ Tác giả nữ Việt Nam* (Anthology of poetry by Vietnamese women) from which most poems in this anthology were chosen. For her own poetry, she draws on Việt Nam's heritage from *ca dao* and *Hán* to *Nôm* and *Quốc Ngữ* as well as on international influences to create a modern Vietnamese voice. In 2007, Ý Nhi received a National Prize for Literature and the Arts. Her poems depict a sleepwalker drifting through the depths of memory, a child with a fertile imagination, a young teenager whose heart is weighted by dreams, and a grown woman thirsty for love. She describes all these characters with bitterness, warmth, and strength. Feelings of restlessness imbue the silent space of a poetry stripped of flowery images and trimmed to its own essential rhythm:

To leave
like a boat pulling away from a dock at dawn
while waves touch the sandbar, saying goodbye
. . .
Like an engagement ring
slipping off a finger
and hiding itself among pebbles

To leave

like a woman walking away from her love[49]

    The range of Vietnamese women's poetry also includes the work of Vietnamese poets living in other countries. These women rely on their native language to express joy and sorrow. Even though they are far from Việt Nam, they remain drawn to their tropical homeland, the place where they were born and grew up, a setting filled with memories. These Vietnamese women poets are precise in realizing mood, particularly feelings of loss, bitterness, and pain, as in these lines by Trần Mộng Tú (1943–) in "Lonely Cat":

> The cat sprawls in the yard
> Lonely, playing with sunlight.
> Inside the window
> Lonely, I'm watching him.
> . . .
> The cat has his corner of grass,
> I my dim pane.
> We two, so small
> Our loneliness uncontained.
>
> Dear cat in the sun,
> Assuage my sadness.
> My ancient homeland, my former lover
> Still soak my soul.[50]

1986 until the Present: Poems from Peacetime and Renewal

Shortly after the end of the U.S.-Việt Nam War in 1975, younger voices appeared and moved Vietnamese poetry even more closely toward the personal themes of love, friendship, restlessness, loneliness, anger, resentment, and forgiveness. Renewal *(Đổi mới)* in late 1986 brought openness to the West, individual economic initiative, and greater personal and artistic freedom. Complete peace returned to Việt Nam for the first time in memory with the end of the Cambodian War in late 1989. Exuberance swept the country; the optimism continues today. Women poets flourished, their voices, interests, and ethnicities diverse.

No discussion of poetry by Vietnamese women can be complete without noting that Việt Nam has fifty-four ethnic groups, with ethnic minorities accounting for 15 percent of the population. Each ethnic group has its own language, culture, and literature. Although some groups have no written language, all ethnic groups have lengthy musical traditions and a wealth of oral literature. Many of these works have been recorded on CDs and DVDs. With limited space, this anthology could introduce only a few ethnic minority poets. One of them, Bùi Thị Tuyết Mai (1971–), is Mường. Linguists believe the Mường language is one of the sources of Vietnamese. Bùi Thị Tuyết Mai's "Invitation" has an enticing appeal that spans all cultures:

> This drink of mine
> Becomes a mirror in its own bowl;
> At a distance, it stirs up tenderness,
> Closer, it quickens desire.
> Drink with me and don't be afraid.[51]

The appearance of new young writers such as Phan Huyền Thư (1972–), Dạ Thảo Phương (1974–), Ly Hoàng Ly (1975–), Lê Thị Mỹ Ý (1978–), and Vi Thùy Linh (1980–) is cause for delight. All these poets have published widely. Three of their poems appear here for the first time. These young poets are not shy like their elders; they seem to find nothing taboo. Although some of them retain remnants of traditional poetic material, they all attach special importance to exploiting unique moods and describing private experience in images that are sometimes shocking.

Vi Thùy Linh (1980–) stands out. Between 1999 and 2005, she published three collections of poetry: *Thirst* (Khát), *Linh* (Linh), and *Pupils of the Eye* (Đồng tử), with the last collection in a bilingual Vietnamese-French edition. She is the first young Vietnamese poet to join an international poetry celebration overseas (France, 2003). Vi Thùy Linh fills her poetry with enthusiasm yet declines dogma. In "O Rose O Snow" (lines quoted below), she borrows from ceremonial folk songs (a kind of spoken-singing popular in Việt Nam) and *ca dao* as well as from Việt Nam's extensive poetic heritage composed in *Hán, Nôm,* and *Quốc Ngữ.*

Vi Thùy Linh and the other young poets in this anthology were raised on *ca dao* about the Trưng sisters and Bà Triệu and on formal poems from Confucian feudalism. Their grandparents recited verses from the Resistance War Against France; their parents quoted poems from the U.S.-Việt Nam War. These young women poets are from the first generation of Vietnamese in many centuries to grow up during peacetime. They had enough to eat. They enjoy freedoms that their grandmothers, who matured during Confucianism, never imagined. These younger writers assert the rightful place of women:

> I elaborately describe myself in poems without the word
> "Finished,"
> Poems so women will escape illusion, resignation, descent,
> So they can reject a minor role in love,
> Never conceding their own strength
> Because their hearts are innately sentimental;
> So they reject stealthy forms of love,
> Never compromising with a dull life;

So they persist relentlessly by living to the edge of life.

Love—it's the greatest invention of all time.

Keep on hugging and kissing in the middle of streets
and squares:

We give birth to the world.[52]

Lady Borton
Hà Nội, Việt Nam
May 2007

Notes

1. Ngân Giang, "Queen Trưng," see 114–15.

2. Nguyễn Ngọc Hiền, *Nữ sĩ Việt Nam* (in Vietnamese) (Vietnamese women writers) (Hồ Chí Minh City: Văn học [Literature] Publishing House, 2006), 23–31. Translation by Lady Borton. In Vietnamese, *"nhà văn"* (writer) and *"nữ sĩ"* (woman writer) mean "literary writer." Nguyễn Ngọc Hiền's *Nữ sĩ Việt Nam* is a unique and necessary research tool for anyone exploring literary work by Vietnamese women. The first of two proposed volumes, its 1,472 pages cover 137 literary writers, beginning with Bà Man Thiện (?–?), the mother of Queen Trưng (?–43 C.E.), and ending with Lê Hoàng Anh (1952–), whose work is represented in this collection. Each entry in *Nữ sĩ Việt Nam* contains a biography of the writer and samples from her work.

3. Nguyễn Ngọc Hiền, *Nữ sĩ Việt Nam*, 35–39. Translation by Lady Borton.

4. Nguyễn Ngọc Hiền, *Nữ sĩ Việt Nam*, 37. Translation by Lady Borton.

5. Anonymous, Untitled, see 40–41.

6. Anonymous, Untitled, see 46–47.

7. Anonymous, Untitled, see 56–57.

8. Anonymous, Untitled, see 48–49.

9. Ni Sư Diệu Nhân, "Birth, Old Age, Sickness, Death," see 58–59.

10. Hữu Ngọc and Lady Borton, eds., *Thi cử Nho giáo–Royal Exams* (bilingual) (Hà Nội: Thế Giới [World] Publishers, 2005), 10–31.

11. In Vietnamese "Thị" is used as a middle name only for females, whereas "Văn" is used only for males.

12. Hữu Ngọc, *Thi cử Nho giáo*, 62–65. See also Nguyễn Ngọc Hiền, *Nữ sĩ Việt Nam*, 107–12.

13. Nguyễn Ngọc Hiền, *Nữ sĩ Việt Nam*, 108. Translation by Lady Borton.

14. On 24 March 2007, three hundred scholars attended a symposium sponsored by Việt Nam's History Association in Hà Nội's (Confucian) Temple of Literature to honor Nguyễn Thị Bích Châu on the 640th anniversary of her death. The temple to Nguyễn Thị Bích Châu in Kỳ Ninh Commune, Kỳ Anh District of Hà Tĩnh Province in central Việt Nam is a national historical site.

15. Nguyễn Ngọc Hiền, *Nữ sĩ Việt Nam*, 66. Translation by Lady Borton.

16. Nguyễn Thị Lộ, "A Poem for Esteemed Nguyễn," see 64–67.

17. Ngô Chi Lan, "Lotus-Gathering Song," see 68–69.

18. Đoàn Thị Điểm, "Lament of a Warrior's Waiting Wife," see 70–73.

19. Xuân Diệu, *Tác phẩm văn chương và lao động nghệ thuật* (in Vietnamese) (Literary works and artistic labor) (Hà Nội: Giáo dục [Education] Publishing House, 1999), 266.

20. Nguyễn Du, *Truyện Kiều* (The Tale of Kiều) (in Vietnamese) (Hà Nội: Văn Hóa Thông Tin [Culture and Information] Publishing House, 2005), 101, line 1244. Translation by Lady Borton.

21. Hồ Xuân Hương, "Honoring the Fan," see 76–77.

22. Hồ Xuân Hương, "Sharing a Husband," see 74–75.

23. Mai Am, "The Peasants' Words," see 84–85.

24. Tương Phố, "Autumn Resentment," see 102–105.

25. The Women's Union of Việt Nam, now a nationwide association with nearly eleven million members, was founded on 20 October 1930. The Women's Publishing House, which is partner with The Feminist Press at the City University of New York in the production of this anthology, is part of the Women's Union and celebrated its fiftieth anniversary in 2007.

26. Nguyễn Ngọc Hiển, *Nữ sĩ Việt Nam*, 686–712. Translation by Lady Borton.

27. Nguyễn Thị Manh Manh, "Visiting the Deserted Room," unpublished translation by Xuân Oanh and Michelle Noullet. Vietnamese version in *Tuyển thơ Tác giả nữ Việt Nam* (Anthology of poetry by Vietnamese women) (Hà Nội: Phụ nữ [Women's] Publishing House, 2000), 164–65.

28. Anh Thơ, *Anh Thơ: Từ bến sông Thương* (in Vietnamese) (Anh Thơ: From the wharf at Thương River) (Hà Nội: Phụ nữ [Women's] Publishing House, 2002), 20–21. Translation by Lady Borton.

29. Anh Thơ, "Spring Afternoon," see 116–17.

30. Nguyễn Thị Minh Khai, Untitled, in Lady Borton, *Hồ Chí Minh: A Journey* (Hà Nội: Thế Giới [World] Publishers, 2007), 71. Vietnamese version in a biography of Nguyễn Thị Minh Khai: Nguyệt Tú, *Áo trắng trước pháp trường* (in Vietnamese) (A white blouse facing the execution ground) (Hà Nội: Phụ nữ [Women's] Publishing House, 2004), 163.

31. Hồ Chí Minh, "Phụ nữ An Nam và sự đô hộ của Pháp" (Annamese [Vietnamese] women and French domination), 1 August 1922, *Toàn Tập, T. 1* (Collected Works, Vol. 1) (Hà Nội: Chính trị Quốc gia [National Political] Publishing House, 1995), 96–97.

32. Lady Borton, *Hồ Chí Minh*, 82. Vietnamese version: Hồ Chí Minh, "Học đánh cờ" (Learning to play chess), *Collected Works*, Vol. 3 (1995), 286–87.

33. Lady Borton, "The One-Word Revolution: Ho Chi Minh and the U.S. 'Declaration of Independence,'" *Asian Studies Newsletter*, Vol. 46, No. 2 (Spring 2001), 13–14. Vietnamese version: "Hồ Chí Minh & Tuyên ngôn Độc lập Mỹ," *Xưa Nay* (Then and now) (Hà Nội: November 2000), 3, 22. Vietnamese version of Hồ Chí Minh's Declaration of Independence: Hồ Chí Minh, "Tuyên ngôn Độc lập," *Collected Works*, Vol. 4 (2000), 1–4.

34. Lady Borton, taped interview with Lê Thi in Hà Nội (30 September 2006).

35. Lady Borton, *Hồ Chí Minh*, 104. Vietnamese version: Hồ Chí Minh, "Chống nạn thất học" (Eliminate the plague of illiteracy), *Collected Works*, Vol. 4 (2000), 36–37.

36. Cẩm Lai, "Silkworm Thread," see 122–25.

37. Dwight D. Eisenhower, *Mandate for Change, 1953–1956: The White House Years* (New York: Doubleday, 1963), 372.

38. Lady Borton, *Hồ Chí Minh*, 133.

39. Lady Borton, *Hồ Chí Minh*, 136. Vietnamese version: Hồ Chí Minh, "Thư chúc mừng năm mới" (New Year's greetings), *Collected Works*, Vol. 12 (1996), 425–26.

40. Nguyễn Trãi, "Bình Ngô đại cáo" (in Vietnamese) (Proclamation of victory over the Ngô) (Hà Nội: Hà Nội Department of Culture Website, http://www.hanoi.gov.vn/hanoiwebs/exploring/culture_history/lichsuhtpt/binhngodaicao.htm (Accessed 3 March 2007). Translation by Lady Borton.

41. Lady Borton, *Hồ Chí Minh* (including General Giáp's handwritten Vietnamese version), 144.

42. Lady Borton, *After Sorrow: An American Among the Vietnamese* (New York: Viking/Penguin, 1995; Kodansha, 1996), 21–22, 28–31, 44–47, 60–61, 75–78, 86–88, 111–19. Vietnamese, French, and English editions available from Thế Giới (World) Publishers, Hà Nội.

43. For poems and other writings about General Nguyễn Thị Định, see: Nhiều tác giả (literally, "Many authors"), *Nguyễn Thị Định*, (in Vietnamese, with photographs) (Hà Nội: Phụ nữ [Women's] Publishing House, 2005). This book includes excerpts from Nguyễn Thị Định's two memoirs, *Không còn con đường nào khác* (No other road to take, written with Văn Phác) and *Nữ Chiến sĩ rừng dừa* (Woman warrior from the coconut forest, written with Bích Thuận). For an English version of No Other Road to Take, see: Nguyen Thi Dinh, *No Other Road to Take: Memoirs of Mrs. Nguyen Thi Dinh*, translated by Mai Elliott (Ithaca, New York: Cornell University Press, 1976). See also: Lady Borton, *After Sorrow*, 75–78, photo following 112, and cover photo of Kodansha edition.

44. Trần Thị Mỹ Hạnh, "The Road Repair Team at Jade Beauty Mountain," see 150–53.

45. Lê Thị Mây, "The Sand in My Village," see 170–71.

46. Because of the U.S. bombing during the war, many people in Vĩnh Linh District lived underground in tunnels. The most famous of these are the Vĩnh Mốc Tunnels in Vĩnh Kim Commune, Quảng Trị Province. The system had three stories with the bottom floor twenty-three meters below the earth's surface. The tunnels included a room that could seat sixty people, small living spaces for families, wells, kitchens with disguised smoke vents, latrines, a surgical ward, and thirteen exits, seven of which opened to the Eastern Sea to facilitate the North Vietnamese supply route to the offshore islands and, from there, to South Việt Nam. Parts of the Vĩnh Mốc Tunnels are open to tourists.

47. Xuân Quỳnh, "My Son's Childhood" in Lynda Van Devanter and Joan A. Furey, *Visions of War, Dreams of Peace* (New York: Warner Books, 1991) 32. Translation by Phan Thanh Hảo and Lady Borton.

48. Xuân Quỳnh, "The Boat and the Sea," see 140–43.

49. Ý Nhi, "Longing," see 148–49.

50. Trần Mộng Tú, "Lonely Cat," see 146–47.

51. Bùi Thị Tuyết Mai, "Invitation," see 224–27.

52. Vi Thùy Linh, "O Rose O Snow," see 238–43.

A NOTE ABOUT THE TRANSLATIONS

Poetry becomes an archive of culture gathered in language over the generations. Vietnamese oral folk poetry *(ca dao)* is several thousand years old. The earliest extant poems written by Vietnamese are in Chinese *Hán* ideographic script and date back a thousand years. Subsequent poems were written in Vietnamese *Nôm* ideographic script. Since few Vietnamese today can read these earlier texts in their original form, we present the *Hán* and *Nôm* versions of these old poems as translations in the Romanized Vietnamese script, *Quốc Ngữ*.

Jesuit missionaries created the Romanized Vietnamese script in the 1600s as part of their evangelical work. The *Quốc Ngữ* alphabet has no *f*, *j*, *w*, or *z*. It has two *d*'s (a soft *d* pronounced like a *z* in the north and like a *y* in the south as well as a hard *đ* pronounced like the English *d*), and it has a number of vowels: *a, ă, â, e, ê, i, o, ơ, ô, u, ư,* and *y*. Westerners experience the Vietnamese language as sung, a reflection of the six tones written as diacritical marks over or under the vowels:

- no tone (no diacritical mark, e.g. *a*)
- falling tone (grave accent, e.g. *à*)
- low rising tone (question mark, e.g. *ả*)
- broken rising tone (tilde, e.g. *ã*)
- high-pitched rising tone (acute accent, e.g. *á*),
- low, constricted tone (period under the vowel, e.g. *ạ*).

These tones vary in the initial pitch, the direction and flow of the pitch, and its duration. In Vietnamese, using the wrong vowel (for example, *a* instead of *ă*) or the wrong tone (*á* instead of *ạ*) creates a different word or, in the case of these poets, a different name. To encourage accurate scholarship, we have retained the diacritical marks for the names of people and places that appear in the Introduction and in the English translations of the poems. For ease of access to the poems themselves, we have presented the poets' names in both English and Vietnamese in the Table of Contents and with the poems.

Most of the oral folk poetry and much of the early formal poetry have lines of six-eight meter, that is, a six-word line followed by an eight-word line. Sometimes variations of seven-word or nine-word lines appear. Occasionally there is a longer line of ten or more words. Vietnamese is a monosyllabic language, making reflection of this meter in English syllables inappropriate. Whenever possible, the translations reflect the original Vietnamese word meter.

The footnotes accompanying the Vietnamese and English versions of the poems differ. Notes with the Vietnamese poems clarify ancient and now unfamiliar Vietnamese words of *Hán* or *Nôm* origin. English readers do not need these notes because the translations have already clarified the meanings. Notes accompanying the English versions provide historical and cultural contexts that Vietnamese readers do not need.

Some cultural assumptions and literary allusions are so common that notes would be repetitive and cumbersome. Those allusions can best be summarized here:

Quê hương (native land) is a person's ancestral home, not his or her birthplace and childhood home but, rather, the birthplace and burial site of paternal relatives. Vietnamese traditionally return to their *quê hương* before Lunar New Year's to tend their ancestors' graves. Paternal genealogies are kept in the village temple maintained by each clan (extended family). Traditionally, upon marrying, a woman moves to the house of her husband's parents. She "belongs" to her husband's family and is buried in her husband's *quê hương*. However, if she runs into marital difficulty, a woman may return to her childhood *quê hương*.

Lunar New Year's, *Tết*, is Việt Nam's biggest holiday and rather like a combination of Christmas, Hanukkah, American Thanksgiving, Western New Year's, and everyone's birthday. "Tet" is fairly common in English usage and now appears in many dictionaries. The formal holiday covers *Tết* Eve and the subsequent three days. In actuality, the *Tết* season is a minimum of three weeks. Like Easter, *Tết* shifts in the solar calendar. The first day of *Tết* is the beginning of lunar spring and the first day of the First Lunar Month; it falls between mid-January and mid-February. Thus, the Second Lunar Month begins between mid-February and mid-March and so on throughout the lunar year. Vietnamese use the lunar calendar for farming, village festivals, and family ceremonies.

Vietnamese respect and worship their ancestors. The center of each household is an altar honoring the family's deceased relatives, a practice reflective of ancient Vietnamese customs influenced by Confucianism and Taoism. These altars usually have photographs or drawings of the deceased, fresh flowers and fresh fruit, an incense urn, and a small kerosene lamp or candles. On a larger scale, a village usually has a temple to the community's founder and other deceased village notables. Such village temples are different from Buddhist pagodas. Việt Nam has many religions, including several unique to the country. Pagodas and churches are also common in villages and towns and often appear as images in Vietnamese poetry.

The Vietnamese words for "state" *(nhà nước)* and "home country" *(nước nhà)* combine "house" *(nhà)* and "water" *(nước)*, reflecting the wet-rice culture's proximity to water on flood plains close to sea level. Traditional family life centers on the rice paddies, the local market and wharf, and sampan ferries. Farmers build their houses and roads on earth lifted bucket by bucket from the rice paddies. Every household, no matter how poor, has a small courtyard in front of the house for drying rice, corn, and beans. Traditional communal life revolves around clan houses and the temple to the founder or patron genie of the village.

Oral and written Vietnamese poetry captures the attributes of this traditional life that are fading with modernization. For example, in the old days, both men and women dyed their teeth black as a sign of beauty. White teeth were considered "ghost teeth." Other images, such as the Vietnamese conical hat, have become symbolic of the country, even to the extent that *"nón"* without its rising tone has found its way into English-language dictionaries. The *nón*, which is made of palm leaves and covered with shellac, is a versatile accessory that protects the wearer from sun and rain while providing back-up as a fan or a basket. A young woman may cover her face with her *nón* in a flirtatious gesture as she checks her hair in a tiny mirror hidden inside the *nón's* tip.

Việt Nam's Renewal *(Đổi mới)*, which began in late 1986, and the country's subsequent modernization have brought both an influx of Western culture and a resurgence of Vietnamese culture. During the time of rigorous socialism (1945–1986), revolutionary leaders curtailed traditional practices by labeling them "feudalistic." Many of those leaders lived long enough to bring the same customs back in the late 1980s, calling them "traditional."

Today, every village holds a festival, usually with a procession of village notables wearing traditional costumes and carrying a palanquin to honor the village founder or patron elder. Households have expanded their family altars and traditional death-day anniversaries for deceased relatives.

Many poems in this anthology refer to areca, betel, and betel quids. The areca palm *(Areca catechu)* has bunches of egg-shaped green nuts, each a little more than an inch long. Areca nuts are essential gifts for engagement ceremonies and weddings. A betel quid is made by spreading a fine layer of lime on a betel leaf *(Piper betel*, a vine) and then wrapping the leaf around a sliver of areca nut. When chewed, the combination is a quick stimulant and turns the saliva bright red. Decades ago, Vietnamese women fashioned betel quids into unusual shapes (phoenix wings were particularly popular) as gifts while courting; families still serve quids at engagement ceremonies and weddings. Thus, areca nuts and betel quids have become pervasive Vietnamese symbols for love and marriage.

Older Vietnamese still chew betel nut, making quids for each other as they sit down to chat. And so, betel quids also remain symbols of friendship and sharing. Perhaps in that spirit a famous Vietnamese saying can serve as an invitation for this book:

> *Miếng trầu làm đầu câu chuyện.*
> Share a betel quid, start a story.

THE
POEMS

Bao giờ cho đến tháng hai,
Con gái làm cỏ, con trai be bờ.
  Gái thì kể phú ngâm thơ,
Trai thì be bờ kể chuyện bài bây. . .

*

  Khó thay công việc nhà quê,
Quanh năm khó nhọc dám hề khoan thai.
  Tháng chạp thì mắc trồng khoai,
Tháng giêng trồng đậu, tháng hai trồng cà.
  Tháng ba cày bở ruộng ra,
Tháng tư bắc mạ, thuận hòa mọi nơi.
  Tháng năm gặt hái vừa rồi,
Bước sang tháng sáu, nước trôi đầy đồng.
  Nhà nhà vợ vợ chồng chồng,
Đi làm ngoài đồng, sá kể sớm trưa. . .
  Tháng sáu, tháng bảy, khi vừa,
Vun trồng giống lúa, bỏ chừa cỏ tranh.
  Tháng tám lúa trổ đã đành,
Tháng mười cắt hái cho nhanh kịp người.
  Khó khăn làm mấy tháng trời,
Lại còn mưa nắng thất thời khổ trông!
  Cắt rồi nộp thuế nhà công,
Từ rày mới được yên lòng ấm no.

*

ORAL FOLK POEMS *(CA DAO)*

With the Second Month in sight,
Girls weed out grass, boys build the dike.
    Girls speak lyrically and recite verses,
While boys delight in bawdy curses.

      *

    Farmers' work doesn't change its flow,
All year, strenuous labor, no time is slow.
    Twelfth month, plant the sweet potato,
First Month, plant the beans; Second Month, eggplant,
    Third Month, plow paddies, be adamant.
Fourth Month, transplant seedlings; carefully tend each plot,
    Fifth Month, harvest every single spot.
Sixth Month begins, flowing water fills the land,
    All the families, wives and husbands
Work in the paddies early morning, midday, late,
    Sixth Month, Seventh, work never abates.
Cultivate the rice plants, weed out the grass,
    Eighth Month, grains begin to amass.
Tenth Month, harvest everyone's field fast in time,
    Hard work: These months are prime.
Ill-timed rain, ill-timed sun, so hard to relax!
    Finish harvesting, then pay the tax,
Finally everybody can feast and rest their backs.

      *

Nhác trông sao Đẩu về Đông,
Chị em ra sức cho xong ruộng cày.
    Lấm lem tay cấm chân dày,
Nay trồng cây mọc, cũng ngày hữu thu.
    Khuyên người đừng có ngao du,
Một năm no ấm vẫn trù từ đây.

*

    Qua cầu ngả nón trông cầu,
Cầu bao nhiêu nhịp, dạ sầu bấy nhiêu. . .
    Qua đình ngả nón trông đình,
Đình bao nhiêu ngói, thương mình bấy nhiêu!

*

    Cổ tay em trắng như ngà,
Con mắt em liếc như là dao cau,
    Miệng cười như thể hoa ngâu,
Cái khăn đội đầu như thể hoa sen.

*

    Một thương tóc bỏ đuôi gà,
Hai thương ăn nói mặn mà có duyên.
    Ba thương má lúm đồng tiền,
Bốn thương răng nhánh hạt huyền kém thua.
    Năm thương cổ yếm đeo bùa,
Sáu thương nón thượng quai tua dịu dàng.
    Bảy thương nết ở khôn ngoan,
Tám thương ăn nói lại càng thêm xinh.
    Chín thương cô ở một mình,
Mười thương con mắt có tình với ai.

*

North Star's returning, hear this appeal:
Sisters, hurry to finish preparing the rice field.
   Your muddy hands and legs revealed,
You'll sow seeds, harvest rice the same day.
   Encourage all hands not to stray,
A year of warm, full bellies starts today.

                    *

   Crossing the bridge, tilting her hat,
The bridge, many spans; how she misses him.
   Passing the temple, tilting her hat,
Its roof, many tiles; how she loves him.

                    *

   Her wrists are white like ivory,
Her eyes, sharp as a betel quid knife,
   Her smile, a fragrant Aglaia flower,
A turban like lotus petals encircles her head.

                    *

   First, the curl escaping her turban,
Second, her alluring words speak a perfect grace,
   Third, exquisite dimples on her face,
Fourth, her teeth dyed darker than blackest amber,
   Fifth, her bra, that enticing charmer,
Sixth, her conical hat, its strap a gentle fringe,
   Seventh, wisdom that does not impinge,
Eighth, her speech grows more pleasing in tone,
   Ninth, that she is still alone,
Tenth, eyes with love for someone brew. You?

                    *

Yêu nhau con mắt liếc qua,
Kẻo chúng bạn biết, kẻo cha mẹ ngờ.
    Gần thì chẳng bén duyên cho,
Xa xôi cách mấy lần đò cũng đi.

*

    Em là con gái Kẻ Mơ,
Em đi bán rượu tình cờ gặp anh.
    Rượu ngon chẳng quản be sành,
Áo rách khéo vá hơn lành vụng may.
    Rượu lạt uống lắm cũng say,
Áo rách có mụn, vá ngay lại lành.

*

Áo xông hương của chàng vắt mắc,
Đêm em nằm, em đắp lấy hơi.
Gửi khăn, gửi túi, gửi lời,
Gửi đôi chàng mạng cho người đường xa.
Vì mây cho núi nên xa,
Mây cao mù mịt, núi nhòa xanh xanh.

*

Their loving glances traded in secret,
Lest their friends abet, lest their parents fret.
    Nearby: No hint of love's grip;
Distant: That ruse for a shared ferry trip.

        *

    I am a Kẻ Mơ girl—
As I sold wine, we chanced to meet,
    No manager checked my tempting treat.
Better than a tailor, I mended your shirt,
    Drinking watery wine, you became inert.
Should your shirt tear, I'll mend it with care.

        *

You left your shirt when you went,
Now, it covers me, I inhale your scent.
A scarf, packages, and words I've sent
With two of my halters as a complement.
Blurring haze makes the mountains distant,
High, dark clouds; green mountains in a shroud.

        *

Kẻ Mơ is an old name for an area south of Hà Nội from ancient times, when Hà Nội was known as Kẻ Chợ (Kẻ Market).

Có thương thì thương cho chắc,
Bằng trục trặc thì trục trặc cho luôn.
Đừng làm như con thỏ nọ đứng đầu truông,
Khi vui dỡn bóng, khi buồn dỡn trăng.

*

Thân em như tấm lụa đào,
Phất phơ giữa chợ biết vào tay ai?
Em ngồi cành trúc, em tựa cành mai,
Đông đào Tây liễu, biết ai bạn cùng?
Thân em như giếng giữa đàng,
Người khôn rửa mặt, người phàm rửa chân.

*

Còn duyên kén cá chọn canh,
Hết duyên ếch đực cua kềnh cũng vơ.
Còn duyên kén những trai tơ,
Hết duyên, ông lão cũng vơ làm chồng.

*

Vô duyên vô phúc múc phải anh chồng già,
Ra đường người hỏi rằng cha hay chồng?
Nói ra đau đớn trong lòng,
Ấy cái nợ truyền kiếp chứ có phải chồng em đâu!

*

If you love, do be definite,
If you squabble, trouble will surely trouble beget.
Don't be a rabbit caught dazed in a thicket,
Chasing shadows when happy, the moon when beset.

*

My fate, a peach silk band
Floating in the market, but reaching whose hand?
I sit beneath bamboo, lean against apricot branches.
Eastern peaches, Western willow, who is my sweet?
My fate: To be a well near the street,
Sages wash their faces; dolts wash their feet.

*

Fresh charmers can pick and grab,
Spent charmers get male frogs and tough crabs.
Fresh charmers can nab a youth;
Spent charmers get only the old and uncouth.

*

Graceless, unlucky: The ladle snares you an old husband;
"Husband or father?" villagers on the paths demand.
I speak about my heart's pain:
My husband is not my payment for a former life's blame!

*

Anh ơi, anh ngồi xuống đây,
Anh nhích lại đây,
Em hỏi câu này:
Non non, nước nước, mây mây,
Ai là nam, bắc, đông, tây lấm đường?
Yêu nhau chẳng lọ bạc vàng,
Tình thân nghĩa thiết, xin chàng chớ quên!

*

Lấy chồng từ thuở mười lăm,
Chồng chê tôi bé chẳng nằm cùng tôi.
Đến năm mười tám, đôi mươi,
Tôi nằm dưới đất, chồng lôi lên giường!
Một rằng thương, hai rằng thương,
Có bốn chân giường gãy một còn ba!
Ai về nhắn nhủ mẹ cha,
Chồng tôi nay đã giao hòa cùng tôi.

*

Vầng trăng ai xẻ làm đôi,
Đường trần ai vẽ ngược xuôi hỡi chàng?
Đưa nhau một bước lên đàng,
Cỏ xanh hai dãy mấy hàng châu sa. . .

*

You there, come sit over here,
Edge a little closer,
I'll ask these riddles:
Why lots of mountains, water, clouds?
South, north, east, west— which leads the way?
Love erases thoughts of silver, gold,
Love means great care, please always be aware!

*

At fifteen, I was already wed;
Protective, my husband didn't take me to bed.
When I was about eighteen instead,
He drew me from the floor and led!
Once we loved, twice, a spree—
Until we broke a bed leg, leaving three!
At home, help my parents see:
He has given me both friendship and harmony.

*

Who split the moon in two?
My beloved, who will ply the bared path?
Leading each other, step by step
Through piled fresh grass and rows of tears.

*

Đói lòng ăn nửa trái sim,
Uống lưng bát nước đi tìm người thương.
    Người thương, ơi hỡi, người thương,
Đi đâu mà để buồng hương lạnh lùng.

*

    Chim lạc bầy thương cây nhớ cội,
Người xa người khổ lắm, người ôi!
    Chẳng thà không biết thì thôi,
Biết nhau mỗi đứa một nơi thêm buồn.

*

    Anh về, em nắm cổ tay,
Em dặn câu này, anh chớ có quên.
    Đôi ta đã trót lời nguyền,
Chớ xa xôi mặt mà quên mảng lòng.

*

Chòng chành như nón không quai,
Như thuyền không lái, như ai không chồng.
Gái có chồng như gông đeo cổ,
Gái không chồng như phản gỗ long đanh.
Phản long đanh anh còn chữa được,
Gái không chồng chạy ngược chạy xuôi.
Không chồng khốn lắm chị em ơi!

*

Hungry, eating half a myrtle berry,
She sips some water, searches for her beloved.
    Dear beloved, Oh, dear, dear beloved.
Where are you? Our perfumed chamber is chilly.

*

A stray bird misses its own trees,
O beloved! Distant lovers aren't at ease!
    Better that we had never met;
Knowing each other only brings more regret.

*

You're leaving, I take your wrist,
Do not ever forget, on that I insist.
    We two have shared our vows,
You'll be far away, I won't forget now.

*

Like a hat without a band,
Like a pilotless boat, like a single woman.
Married, her neck is in a clamp;
Single, she's like a bed with loose planks
Waiting for some man to come revamp.
Single girls on the loose run amuck,
Sisters! A single life is bad luck!

*

Đói lòng ăn nắm lá sung,
Chồng một thì lấy, chồng chung thì đừng.
Một thuyền một lái chẳng xong,
Một chĩnh đôi gáo còn nong tay vào.

*

Trên trời có đám mây vàng,
Bên sông nước chảy có nàng quay tơ.
Nàng buồn, nàng bỏ quay tơ,
Chàng buồn, chàng bỏ thi thơ học hành.
Nàng buồn, nàng bỏ cửi canh.
Chàng buồn, chàng bỏ học hành chàng đi.

*

Một duyên, hai nợ, ba tình,
Chiêm bao lẩn khuất bên mình năm canh.
Nằm một mình, lại nghĩ một mình,
Ngọn đèn khêu tỏ bóng huỳnh thấp cao.
Trông ra nào thấy đâu nào,
Đám mây vơ vẩn ngôi sao mập mờ.
Mong người, lòng những ngẩn ngơ...

*

Nhớ ai con mắt lim dim,
Chân đi thất thểu như chim tha mồi.
Nhớ ai hết đứng lại ngồi,
Ngày đêm tơ tưởng một người tình nhân.

*

Starving, sycamore leaves are your fare;
Marry, if he's alone; don't, if he's shared.
   One pilot, one boat: Unknown destination;
One jar, two dippers: Hands stretch in consternation.

*

   Golden clouds float in the sky;
The river is flowing, a girl is spinning.
   She is sad and stops spinning;
He is sad, stops studying for his exams.
   She is sad, no longer weaves;
He is sad, abandons his studies, and leaves.

*

First, destiny; second, duty; third, affection;
Her dreams hidden by her side all night,
Lying alone, mulling alone her plight.
The candle flickers: A firefly atop a tower,
Inside, outside, nothing at this hour.
The clouds are aimless, the stars are dim,
Waiting, longing, she pines for him.

*

   Missing someone, her eyes half closed,
Legs staggering like a snared bird just released.
   Missing someone, sitting, standing, sitting again,
Day and night, she always dreams of him.

*

Thân em mười sáu tuổi đầu,
Cha mẹ ép gả làm dâu nhà người.

Nói ra sợ chị em cười,
Năm ba chuyện thảm, chín mười chuyện cay.

Tôi về đã mấy năm nay,
Buồn riêng thì có, vui rày thì không.

Ngày thời vất vả ngoài đồng,
Tối về thời lại nằm không một mình!

Có đêm thức suốt năm canh,
Rau heo, cháo chó, loanh quanh đủ trò...

*

Từ khi em về làm dâu,
Thì anh dặn bảo trước sau mọi lời:

Mẹ già dữ lắm, em ơi!
Nhịn ăn, nhịn mặc, nhịn lời mẹ cha.

Nhịn cho nên cửa nên nhà,
Nên kèo, nên cột, nên xà tầm vông.

Nhịn cho nên vợ nên chồng,
Thì em coi sóc lấy trong cửa nhà.

Đi chợ thì chớ ăn quà,
Về chợ thì chớ rề rà ở trưa.

Dù ai bảo đợi bảo chờ,
Thì em nói dối con thơ em về.

*

At sixteen I was still raw,
My parents forced me to be a daughter-in-law.
    My sisters will laugh at these
Tragic tales as well as the stinging stories.
    I left home many years ago.
My private sorrow abounds; no joy can grow.
    I farm rice on my own,
Return at dark only to sleep, always alone!
    Lie awake all night in gloom,
Eat pigs' feed, dogs' gruel, my life doomed.

*

The moment I became a daughter-in-law,
My husband recited advice for my every flaw:
    "My mother is old and discontent!
Skip meals, new clothes; don't criticize my parents.
    Go without for the household, too,
For the rafters, pillars, the beams of bamboo.
    Abstain: You must placate your husband,
You will fetch and serve at my command.
    Go to market, never eat snacks,
Rush back from market, at midday never slack.
    If someone asks you to stay,
Lie: Say, with small children, you can't delay."

*

Em thấy anh, em cũng muốn chào,
Sợ anh chồng cũ đứng bờ rào, hắn trông.
   Hắn trông thì mặc hắn trông,
Đã quyết một lòng, ta quyết lấy nhau.

*

Muối mặn ba năm muối hãy còn mặn,
Gừng cay chín tháng gừng hãy còn cay.
Đạo nghĩa cang thường chớ đổi đừng thay,
Dẫu có làm nên danh vọng, hay rủi có ăn mày, ta cũng theo nhau.
Theo nhau cho trọn đạo trời,
Dẫu rằng không chiếu trải nơi mà nằm.

*

   Thân em như hạt mưa rào,
Hạt rơi xuống giếng, hạt vào vườn hoa.
   Thân em như hạt mưa sa,
Hạt vào đài các, hạt ra ruộng cày.

*

I saw you, I wanted to speak,
But worried my husband had stood up to peek.
    Even if he were staring instead,
You and I, dear, have agreed to wed.

*

Salt after three years still retains its ting,
Ginger after nine months still has its zing,
Moral principles don't usually change,
Yet some will rearrange their ethics to turn bad luck to good or for fame,
Following each other, escaping Heaven's Way,
Not thinking where their sleeping mats might stray.

*

    My fate is a cloudburst's drop
Falling into a well, into a flower garden.
    My fate is a downpour's drop
Falling on a palace, falling on a paddy.

*

        tr. Lady Borton

Ni sư DIỆU NHÂN

SINH LÃO BỆNH TỬ

Sinh, Lão, Bệnh, Tử,
Lẽ thường tự nhiên.
Muốn cầu siêu thoát,
Càng trói buộc thêm.
Mê, phải cầu Phật,
Hoặc, phải cầu Thiền.
Chẳng cầu Thiền, Phật,
Mím miệng ngồi yên.

cuối thế kỷ XI–đầu thế kỷ XII

Buddhist Nun DIEU NHAN (Ni sư DIỆU NHÂN)

BIRTH, OLD AGE, SICKNESS, DEATH

Birth, old age, sickness, death
Are commonplace and natural.
Should we seek relief from one,
Another will surely consume us.
Blind are those praying to Buddha,
Duped are those praying in Zen.
Pray not in Zen or to Buddha,
Speak not. Linger with silence.

late 11th–early 12th century
tr. Hữu Ngọc and Lady Borton

LÊ THỊ Ỷ LAN

SẮC KHÔNG

Sắc là không, không tức sắc,
Không là sắc, sắc tức không.
Sắc không đều chẳng quản,
Mới khế hợp chân tông.

đầu thế kỷ XII

LE THI Y LAN (LÊ THỊ Ỷ LAN)

BEING NON-BEING

Being is non-being, non-being being.
Non-being is being, being non-being.
Pay no mind to being and non-being.
Only then is there unity of the whole.

early 12th century
tr. Xuân Oanh

NGUYỄN THỊ ĐIỂM BÍCH

VẰNG VẶC TRĂNG MAI

Vằng vặc trăng mai ánh nước,
Hiu hiu gió trúc ngâm sênh.
Người hòa tươi tốt, cảnh hòa lạ,
Mâu Thích Ca nào thuở hữu tình.

đầu thế kỷ XII

Mâu Thích Ca: tức Thích Ca Mầu Ni (Sakyamouni, 563?–479? tr. CN), được coi là thủy tổ của đạo Phật.

NGUYEN THI DIEM BICH (NGUYỄN THỊ ĐIỂM BÍCH)

THE CLARITY OF MORNING MOONLIGHT

The morning moon spreads rays across the water.
A breeze: Bamboo rustles a chant of tiny chimes.
A refreshing man of peace: The scene is unusual.
Wherever Siddhartha goes, the garden is calming.

early 12th century
tr. Lady Borton

NGUYỄN THỊ LỘ

THƠ PHÚC ĐÁP NGUYỄN QUÂN (Trích)

Chỉ xin chàng nên:

      Lấy quân tử làm lòng,

      Lấy thánh hiền làm đạo.

…

      Đọc kinh sử thông kim bác cổ,

      Lấy trung thứ suy ta ra người.

Chớ nghĩ: Ai quên mối tình muộn màng, núi tuy khuyết mà lòng thiếp

                                         không khuyết.

Chớ lo: Ai nhạt lời thề cố cựu, sông dù vơi mà ý thiếp không vơi.

      Còn gì liệu đáng băn khoăn,

      Phải chăng tự mình chuốc lấy?

Chỉ riêng mong:

      Xe thư một mối

      Văn giáo cùng đường

      Dù kín mít như rồng ẩn vực sâu

      Sẽ sáng lòe như đầu xuân nắng mới.

Vốn nhân, vốn kính, ngoài là vua vua, tôi tôi,

Cùng mến, cùng thân, trong là chồng chồng, vợ vợ.

      Phép có chính, thì lễ mới thuận,

      Nhà có hòa, thì việc mới thành. . .

      . . . Vậy cũng xin có thơ rằng:

      "Lòng son khẩn khoản việc mau thành,

      Ai bảo cương thường đạo chẳng minh?

NGUYEN THI LO (NGUYỄN THỊ LỘ)

From **A POEM FOR ESTEEMED NGUYỄN**

I ask you to:
>Draw on noblemen for your feelings,
>Draw on saints and sages for your ethics.

...

>Read the classics to become a scholar,
>Use your own center to assess others.

Don't think: Some forget love late in life. Yes, mountains may wane,
>but my love will not.

Don't worry: Some cool to old vows. Yes, the rivers may ebb,
>but my intention will not.
>Is anything more deserving of worry
>Than your bringing pain on yourself?

My personal wish:
>Proceed with our unity,
>Assume a shared path,
>Ensure secrecy like a dragon in an abyss,
>Be dazzling like fresh sunlight in early spring.

Benevolence and respect in public: First the king and last myself,
Mutual affection in private: Therein lies the secret of our marital
>happiness.
>Permission is key: Then progress can follow,
>A household with harmony: Only then can work succeed—
>—Thus, I offer you these thoughts:
>Persistent loyalty will hasten a task's success,
>Who says the ethical Way isn't clear?

Ngày nắng lo chi mây chút gợn,
Cây cao há phụ sắn bìm ganh!
Anh hùng gắng sức, anh hùng chí,
Phận gái đào tơ, phận gái tình.
Phúc đượm duyên trời cầm sắt hợp,
Nghiệm xem con cháu thánh hiền sinh".

1440?

Sunny days, worry only about small clouds;
Tall trees can push through jealous vines!
Heroes try their best; heroes have will;
A woman's place is beauty and love.
Happiness is predestined; Heaven ordains conjugal love.
Beware the offspring of saints and sages.

c. 1440
tr. Xuân Oanh and Lady Borton

"Esteemed Nguyễn" is Nguyễn Thị Lộ's husband, Nguyễn Trãi (1380–1442), a famous poet, scholar, statesman, and military strategist.

NGÔ CHI LAN

KHÚC HÁT HÁI SEN

I

Kìa kìa cô ả tóc xanh
Trong khi nhàn rỗi ra ghềnh hái sen
Dịu dàng kín đáo thuyền quyên
Miệng hoa chúm chím ngồi thuyền tập bơi

II

Xa gần thoang thoảng mùi sen
Hái hoa nhan nhản cô em quê mùa
Tóc mây đừng để gió đưa
Nước da băng tuyết vẫn thừa hương bay.

thế kỷ XV

NGO CHI LAN (NGÔ CHI LAN)

LOTUS-GATHERING SONG

I

Yonder, a girl with black hair
Creates tiny whirlpools as she leisurely gathers lotus,
A young girl, sweet and reserved
Paddling her dinghy among blossoms starting to bloom.

II

Lotus perfume wafts near and far,
How bucolic the girl among the abundant flowers,
Her hair beautiful in the breeze,
Her pure skin emitting its own alluring fragrance.

> *15th century*
> *tr. Lady Borton*

ĐOÀN THỊ ĐIỂM

CHINH PHỤ NGÂM KHÚC (Trích)

Ngòi đầu cầu nước trong như lọc
Đường bên cầu cỏ mọc còn non.
Đưa chàng lòng dặc dặc buồn,
Bộ khôn bằng ngựa thủy khôn bằng thuyền.
Nước có chảy mà phiền chẳng rửa,
Cỏ có thơm mà dạ chẳng khuây.
Nhủ rồi nhủ lại cầm tay,
Bước đi một bước dây dây lại dừng.
Lòng thiếp tựa bóng trăng theo dõi,
Dạ chàng xa tìm cõi Thiên San.
Múa gươm rượu tiễn chưa tàn,
Chỉ ngang ngọn giáo vào ngàn hang beo.
Săn Lâu Lan rằng theo Giới Tử,
Tới Man Khê bàn sự Phục Ba.
Áo chàng đỏ tựa ráng pha,
Ngựa chàng sắc trắng như là tuyết in.
Tiếng nhạc ngựa lần chen tiếng trống,
Giáp mặt rồi phút bỗng chia tay.
Hà lương chia rẽ đường này,
Bên đường trông bóng cờ bay ngùi ngùi.
Quân trước đã gần ngoài doanh Liễu,
Kị sau còn khuất nẻo Tràng Dương.
Quân đưa chàng ruổi lên đường,
Liễu dương biết thiếp đoạn trường này chăng?

Thiên San là một dãy núi ở Trung Quốc. Nơi đây một danh tướng Trung Quốc thắng trận. Săn Lâu Lan là một vùng đất cũ ở Trung Quốc. Giới Tử, Phục Ba là tên những viên tướng người Trung Quốc.

DOAN THI DIEM (ĐOÀN THỊ ĐIỂM)

From **LAMENT OF A WARRIOR'S WAITING WIFE**

The brook rippling beneath the bridge is pure,
The roadside grass is still a tender green.
The battle calls him away, leaving her in anguish,
No longer his mate, once he leaps astride his horse or steps into his boat.
The rushing water cannot cleanse her grief,
The fragrant grass cannot erase her memories.
They hold hands, sharing gentle counsel, tender words,
He takes a step away and, preoccupied, another step, then pauses.
Her heart, like the moon's shadow, follows him;
His heart, far away, seeks glory in the Heavenly Mountains.
He practiced with his sword even as they drained their parting cup,
Feinting, aiming, thrusting his spear into the panthers' den.
He will hunt the enemy as Giới Tử conquered Lâu Lan,
Storm in like Phục Ba smashing the Man Khê rebellion,
With his mantle spread crimson like a resplendent sunset,
His horse dazzling white, as if imprinted with newly fallen snow.
The harness bells jingle, tiny timpani to the thrum of drums,
They stand face to face, then a minute later their lives divide.
At the bridge, their life paths part with a final farewell.
By the roadside, she watches the silhouettes of the flags recede.
The advance troops are already approaching Liễu Camp,
While the cavalry remains sheltered in distant Tràng Dương.
The army takes him away at full gallop down its path,
Can the weeping willow ever know the agony ripping her heart?

Tiếng địch thổi nghe chừng đồng vọng,
Hàng cờ bay trông bóng phất phơ.
Dấu chàng theo lớp mây đưa,
Thiếp nhìn rặng núi ngẩn ngơ nỗi nhà.
Chàng thì đi cõi xa mưa gió,
Thiếp thì về buồng cũ chiếu chăn.
Đoái trông theo đã cách ngăn,
Tuôn màu mây biếc trải ngần núi xanh.
Chốn Hàm Kinh chàng còn ngoảnh lại,
Bến Tiêu Tương thiếp hãy trông sang.
Khói Tiêu Tương cách Hàm Dương,
Cây Hàm Dương cách Tiêu Tương mấy trùng.
Cùng trông lại mà cùng chẳng thấy,
Thấy xanh xanh những mấy ngàn dâu.
Ngàn dâu xanh ngắt một màu,
Lòng chàng ý thiếp ai sầu hơn ai?

giữa thế kỷ XVIII

Hàm Kinh là một vùng đất nay thuộc tỉnh Thiểm Tây, Trung Quốc.
Tiêu Tương là nơi gặp nhau của sông Tiêu và sông Tương ở tỉnh Hồ Nam, Trung Quốc.

The muted trill of flutes echoes from far, far away,
The rows of pennants float off in a fading mirage.
Layers of clouds hide his ultimate trace,
She stares at the bleak mountain, longing for his love.
As for him, he has entered the season and region of hardships,
While she returns to their old room with its mat and comforter.
Yearning, she stares at the place of painful parting,
Sees clouds spreading over the mountains' blue haze.
Reaching Hàm Capital, he turns, glancing back once more,
While she watches from the wharf at Tiêu and Tương Rivers.
The smoke of Tiêu-Tương never drifts to Hàm Dương;
The trees in Hàm Dương are a species apart from Tiêu-Tương.
They both stare once again yet see nothing at all
But the green, green of thousands, thousands of mulberry trees,
Thousands of mulberries so intensely green but all of one color.
His heart or hers: Who endures the greater anguish?

mid-18th century
tr. Hữu Ngọc, Châu Diên, and Lady Borton

Đoàn Thị Điểm's translation into *Nôm* of Đặng Trần Côn's poem written in *Hán* is considered better than the original. The poem contains references to Chinese geography, mythology, history, and literature.

HỒ XUÂN HƯƠNG

LẤY CHỒNG CHUNG

Kẻ đắp chăn bông kẻ lạnh lùng,
Chém cha cái kiếp lấy chồng chung.
Năm thì mười họa chăng hay chớ,
Một tháng đôi lần có cũng không.
Cố đấm ăn xôi, xôi lại hẩm,
Cầm bằng làm mướn, mướn không công.
Thân này ví biết dường này nhỉ,
Thà trước thôi đành ở vậy xong.

cuối thế kỷ XVIII-đầu thế kỷ XIX

MỜI TRẦU

Quả cau nho nhỏ miếng trầu hôi,
Này của Xuân Hương mới quệt rồi.
Có phải duyên nhau thì thắm lại,
Đừng xanh như lá bạc như vôi.

cuối thế kỷ XVIII-đầu thế kỷ XIX

HO XUAN HUONG (HỒ XUÂN HƯƠNG)

SHARING A HUSBAND

This wife draws the blanket, that one a chill,
A plague on the plight of sharing a husband.
A rare time, an odd chance, have it or not,
A couple of turns a month is meaningless.
I try for the sticky rice, but it's always stale,
I work for hire: Hired, I receive no pay.
Surely had I known life would be like this,
I'd have stayed single and be done with it.

late 18th–early 19th century
tr. Hữu Ngọc and Lady Borton

BETEL QUID INVITATION

A small areca nut and betel leaf in a quid entwined
From Xuân Hương who coated the leaf first with lime.
If love is predestined, this humble quid will be sublime
And love neither green like the leaf nor spare like the lime.

late 18th–early 19th century
tr. Xuân Oanh and Lady Borton

VỊNH CÁI QUẠT

Mười bảy hay là mười tám đây,
Cho ta yêu dấu chẳng rời tay.
Mỏng dày chừng ấy chành ba góc,
Rộng hẹp dường nào, cắm một cay
Càng nóng bao nhiêu thời càng mát,
Yêu đêm chưa phỉ lại yêu ngày.
Hồng hồng má phấn duyên vì cậy,
Chúa dấu, vua yêu một cái này.

cuối thế kỷ XVIII-đầu thế kỷ XIX

HONORING THE FAN

Seventeen or eighteen, you should be
Cherished, never leaving his hands.
Stout or thin, you open to three corners,
Wide or narrow, you're secured by one stud.
The hotter it gets, the cooler you grow,
If night love isn't sated, love by day.
A rose fan and powdered cheeks can charm.
Lords and kings alike yearn to hold you.

late 18th–early 19th century
tr. Xuân Oanh and Lady Borton

In ancient times, a fan was made from seveteen or eighteen bamboo strips pinned together at one end and covered with paper that had been dyed with persimmon juice to the rose color of a girl's cheeks. "Seventeen or eighteen" can also refer to the years when a girl comes of age.

LÊ NGỌC HÂN

AI TƯ VÃN (Trích)

Buồn thay nhẽ, sương rơi gió lọt,
Cảnh đìu hiu thánh thót châu sa!
Tưởng lời di chúc thiết tha,
Khóc nào lên tiếng thức mà cũng mê.
Buồn thay nhẽ! xuân về hoa ở,
Mối sầu riêng ai gỡ cho xong?
Quyết liều mong vẹn chữ tòng,
Trên rường nào ngại giữa dòng nào e!
Còn trứng nước thương vì đôi chút,
Chữ tình thâm chưa thoát được đi.
Vậy nên nấn ná đòi khi,
Hình tuy còn ở phách thì đã theo.
Theo buổi trước ngự đèo Bồng Đảo,
Theo buổi sau ngự nẻo sông Ngân.
Theo xa thôi lại theo gần,
Theo phen điện quế theo lần nguồn hoa.
Đương theo bỗng tiếng gà sực tỉnh,
Đau đớn thay ấy cảnh chiêm bao!
Mơ màng thêm nỗi khát khao,
Ngọc kinh chốn ấy ngày nào tới nơi.
Tưởng thôi lại bồi hồi trong dạ,
Nguyện đồng sinh sao đã kíp phai?
Xưa sao sớm hỏi khuya bày,
Nặng lòng vàng đá cạn lời tóc tơ.
Giờ sao bỗng thờ ơ lặng lẽ,
Tình cô đơn ai kẻ xét đâu!

Bồng Đảo là một hòn núi có tiên ở. Sông Ngân chỉ dải sao chi chít màu trắng sữa ở trên trời. Ngọc kinh là nơi ở của Ngọc hoàng Thượng đế.

LE NGOC HAN (LÊ NGỌC HÂN)

From **LAMENT OF LONELINESS**

Such loss: Dew settles, the winds pierce,
Her tears scatter across the desolate landscape.
She remembers the words of his urgent last wishes,
Sobbing, sobbing, sobbing, she seems awake yet in a stupor.
Such loss: Spring has left, the flower remains.
How can her sorrow be diminished?
She wants to end her life and join her husband,
She'd hang herself from a beam or drown in a stream,
But her two children are small,
And love binds her to them,
So she must linger, wait, ask for time.
Although she is here, her soul follows him,
For days she followed him to Fairy Island,
And for days to the throne in the Milky Way,
She followed him far off, followed him close by,
Followed him to the quarters of women in the palace.
The cock awakened her—
And anguish crushed her dream.
Such dreams leave her thirsty for him
And more anxious to reach him in the Jade Capital.
She thinks grief has expired, but it lives on in her heart,
How could her desire to share his life have faded so quickly?
Once, they whispered murmurs at dawn, secrets at midnight,
Always attentive to each other, always unshakable, totally in love.
Now, sudden indifference, silence,
How can she value so lonely a love?

Xưa sao gang tấc gần chầu,
Trước sân phong nguyệt trên lầu sinh ca.
Giờ sao bỗng cách xa đôi cõi,
Tin hàn huyên khôn hỏi thăm nhanh.
Nửa cung gẩy phím cầm lành,
Nỗi con côi cút nỗi mình bơ vơ.
Nghĩ nông nỗi ngẩn ngơ đòi lúc,
Tiếng từ quy thêm giục lòng thương.
Não người thay cảnh tiên hương,
Dạ thường quanh quất mắt thường ngóng trông.
Trông mái đông lá buồm xuôi ngược,
Thấy mênh mông những nước cùng mây.
Đông rồi thì lại trông tây,
Thấy non ngân ngất thấy cây rườm rà.
Trông nam thấy nhạn sa lác đác,
Trông bắc thì ngàn bạc màu sương,
No trông trời đất bốn phương,
Cõi tiên khơi thẳm biết đường nào đi.

1792

Before, they strolled together in the court,
Enjoying sweet music in the moonlit pavilion.
Now, severed into yin and yang,
No longer can they exchange greetings.
Death broke the fretboard that kept their song true,
Their children suffer, while she feels lonely and desolate.
She yearns to ask for time,
A bird's lament stirs her longing.
She grieves when walking old paths of bliss,
Her heart and eyes search for him everywhere, every day.
She looks east at sails tacking up wind and down;
She views the expanse of sea merging with the clouds.
She stares toward the east, turns, looks toward the west,
Sees the tall mountains and the undulating leaves of trees.
She looks south, sees the swallows dipping, dipping,
She looks north, sees peaks and forests silver with dew.
She's tired of searching Heaven and earth in all directions,
Heaven is so very distant. How can she possibly find his route?

1792
tr. Hữu Ngọc, Châu Diên, and Lady Borton

In 1786, King Lê Hiển Tông (life: 1716–1786; reign: 1740–1786) married off his youngest daughter, Princess Lê Ngọc Hân (1770–1799), to Nguyễn Huệ (life: 1753–1792; reign: 1788–1792), leader of the Tây Sơn Rebellion, in an effort to establish good ties between the Lê Court and the respected rebel leader. Nguyễn Huệ became King Quang Trung in 1788 and defeated the Chinese in 1789. He died suddenly in 1792, when Lê Ngọc Hân was twenty-two years old, leaving her with two small children.

NGUYỄN THỊ HINH

QUA ĐÈO NGANG

Bước tới Đèo Ngang bóng xế tà,
Cỏ cây chen lá, đá chen hoa.
Lom khom dưới núi tiều vài chú,
Lác đác bên sông rợ mấy nhà.
Nhớ nước đau lòng con quốc quốc,
Thương nhà mỏi miệng cái gia gia.
Dừng chân đứng lại: trời, non, nước,
Một mảnh tình riêng ta với ta.

cuối thế kỷ XIX

Đèo Ngang nằm trên đường Bắc-Nam, trên dải Hoành Sơn đâm ngang ra biển; ngăn cách địa giới hai tỉnh Hà Tĩnh và Quảng Bình. Rợ chỉ người dân tộc thiểu số. Quốc là tiếng kêu của chim cuốc, tương truyền là hồn Vọng đế nước Thục, mất nước, hóa thành chim cuốc, ngày đêm nhớ nước, tiếng kêu nghe thảm thiết. Gia chỉ chim đa đa, hay còn gọi là gà gô.

NGUYEN THI HINH (NGUYỄN THỊ HINH)

REACHING TRANSVERSE PASS

Reaching Transverse Pass as gold light slants the late afternoon,
Grass and trees twined by leaves, stones vined by flowers.
Bending beneath the mountain, some woodcutters,
Scattered along the river, a few thatched huts.
"*Quốc quốc*," the swamp hen laments,
"*Gia gia*," the partridge cries.
Stop, stand still: Sky, mountain, water,
A moment of feeling just with myself.

> *late 19th century*
> *tr. Lê Phương and Wendy Erd*

Đèo Ngang (Transverse Pass) is in Quảng Bình Province in the narrowest section of Việt Nam.
The *quốc*, a white-breasted water hen, is named after its cry, "*quốc, quốc*" or "nation, nation."
The *gia*, a partridge, is also named after its cry, "*gia, gia*" or "family, family."

MAI AM

LỜI NHÀ NÔNG

Gió đông thức tỉnh cỏ ngoài ruộng,
Dân quê hối hả việc nông gia.
Xóm thôn trồng cấy chẳng dám nghỉ,
Sợ thời tiết tốt sẽ mau qua.
Gọi nhau vác cày cuốc ra đồng,
Dọn cỏ khắp nơi chẳng mệt mỏi.
Lá lúa cắt da, nắng cháy lưng,
Mồ hôi ròng ròng như mưa dội.
Giỏ cơm, bầu nước - cùng vợ con,
Đằm thắm chuyện trò lúc hoàng hôn.
Lúa lên tươi tốt, cỏ cũng rậm,
Muốn được mùa gặt phải dọn luôn.
Như người quân tử giữa kẻ ác,
Tai họa sẽ còn nếu chẳng trừ.
Rõ ràng sạch cỏ lúa sẽ tốt,
Ta nghe khúc hát lòng ngẩn ngơ.

cuối thế kỷ XIX

MAI AM (MAI AM)

THE PEASANTS' WORDS

Eastern winds rustle grasses along the paddies,
We hurry, hurry to our farming work.
Everyone out to plant, transplant without rest,
Fearing the good weather will quickly pass.
Shouting, we carry plows to the paddies,
Clear every spot of grass without complaint.
The rice stalks nick; the sun burns,
Our sweat streams forth like pouring rain.
Cooked rice, gourds of water—families together,
Deep, warm conversations once the twilight falls.
The rice grows well, the weeds too,
Wanting a harvest, we must be attentive.
Like a great man among his critics,
Misfortunes will prevail unless we prevent them.
With careful weeding, harvests will be good,
We'll share our songs and plaintive melodies.

late 19th century
tr. Lady Borton

HUỆ PHỐ

LỜI NGƯỜI TIỀU PHU

Đẵn cây chan chát buổi sương mai,
Khúc ngắn cành dài chẳng bỏ rơi.
Ca vang câu hát giữa mây trắng,
Suối lạnh mài rìu lúc thảnh thơi.
Củi trĩu đầu vai chân bước chậm,
Ngút ngàn phía trước những chông gai.
Hiểm nguy trong núi ắt qua được,
Đường đời dằng dặc biết sao đây?

cuối thế kỷ XIX

HUE PHO (HUỆ PHỐ)

THE WOODCUTTERS' WORDS

We fell trees in the morning mist,
Discarding neither long boughs nor small branches.
Our songs rise into the white clouds,
Resting, we sharpen axes by the stream.
Firewood bends our shoulders, hampering our steps:
Challenges appear far as we can see.
Still, we must pass through dangerous mountains,
How can we predict life's prolonged journey?

> *late 19th century*
> *tr. Lady Borton*

NGUYỄN NHƯỢC THỊ

HẠNH THỤC CA (Trích)

Gửi xin Tân Sở kíp lên,
Ở đây thế ắt chẳng nên đâu là!
Trái tai, Thái hậu tâu qua:
"Đi đâu cho nhọc, chẳng thà ở đây!
Dầu mà việc có tới nay,
Đã đành sống thác, rủi may nhờ trời.
Nguồn cao nước độc xa vời,
Nỡ đem tuổi tác tới nơi hiểm nghèo!"
Phán rằng: "Ta vốn đã liều,
Huống đem tác cả đi theo thêm phiền.
Hãy phù thiếu chúa cho yên,
Mặc ai ở lại, chỉ truyền khá vâng".
Sợ e nín chẳng dám rằng,
Vài ngày lại thấy băng xưng chốn nhàn.
Rằng: "Tàu Tây tới bên giang,
Xin hầu chúa thượng kíp loan tiên hành".
Nghe lời cùng dạ hãi kinh,
Ngập ngừng thiếu chúa bái trình xin đi.
Khôn cầm nước mắt biệt ly,
Ân cần huấn dụ khá ghi tấc lòng.
Dặn dò lời nọ chưa cùng,
Gửi dồn xin chớ thung dung trễ tràng.
Tạ từ lên võng vội vàng,
Quan quân ủng vệ, trông đường ruổi mau.

Hạnh thục: Điển cố Trung Hoa, chỉ việc vua Đường Minh Hoàng (713–755) lánh nạn An Lộc
Sơn, đi đến đất Thục ("Đường Minh Hoàng ty Lộc Sơn hạnh Thục"); tác giả mượn điển này để
chỉ việc vua Hàm Nghi lánh nạn ra Tân Sở ở Quảng Trị. Thiếu chúa: Ở đây chỉ vua Hàm Nghi.
Hàm Nghi chào Thái hậu, đi cùng Tường, Thuyết lên Tân Sở.

NGUYEN NHUOC THI (NGUYỄN NHƯỢC THỊ)

From CHANT OF REDEMPTION

They asked for shelter in Tân Sở to escape in time,
For it was not the least bit wise to stay behind!
The Queen Mother told the king in dismay:
"Don't tire yourself with fleeing. Stay!
Suppose something should happen,
Life, death, and luck are up to Heaven.
That highland climate is too hard to face,
I shouldn't have to spend old age in such a place!"
His Majesty spoke: "The king himself will take a chance,
If everyone goes, ours will be a more dangerous stance.
Support your youthful king, his safety is for the best,
It does not matter who stays behind, just say Yes."
Fear allowed them no further discourse,
Soon, invaders struck their royal palace with force.
Word came: "French ships have reached the river's edge,
Please, Your Majesty, order the march, there's no time to hedge."
Hearing this, all hearts quaked with fear of the invading foe,
The young king faltered. Bowing, he asked to go.
Unable to restrain his regal farewell tears,
He gave advice for others to hold dear.
Before he could finish his orders done with care,
The time for gathering and dispatching was already there.
Asking forgiveness of all, he climbed into his royal chaise,
With mandarins and soldiers for protection, he fled in a blaze.

Khỏi cung đặng một giờ lâu,
Trở về các giám cùng nhau tâu quỳ,
Rằng: "Tôn Thuyết chẳng cho đi,
Khiến đều ở lại hộ tùy ba cung".
Hãy đang tin tức trông mong,
Bỗng đà có thấy sớ phong dâng vào,
Ngày hai mươi tám mới trao,
Văn Tường nhắn gửi xin mau phản hồi.
Chiêu an các việc xong rồi,
Pháp quan khiến khá hầu Người hồi loan.
Thành trì đều thảy giao hoàn,
Xin làm bảo hộ, ngõ xin giúp phò.
Phán rằng: "Lý ấy có mô,
Họa là trời xuống giúp cho chăng là.
Vả nay chúa thượng dời xa,
Phải đòi trở lại cùng ta đồng đoàn".
Bèn sai thị vệ băng ngàn,
Tin cho đặng biết phải toan kíp hồi. . .

1885

Các thái giám không được Tôn Thất Thuyết cho đi theo vua, phải ở lại hành cung Quảng Trị.
Người: ở câu này là Thái hậu.

They departed from the palace and were an hour away,
When the eunuchs arrived and knelt to say:
"Tôn Thuyết won't let us leave this place,
We must stay and yield in any case."
While waiting for other news,
A petition arrived with startling views,
A message dated the twenty-eighth day to heed,
Văn Tường urged His Majesty to return with speed.
The call to surrender and all other matters were done,
The Queen Mother's support the French had won.
The ramparts had been handed over to France,
Protectorate status was the only chance.
The Queen Mother said: "The reason:
Heaven's intervention, we're undone,
Since by now, His Majesty is far away,
We must await his return and our reunion day."
Instantly, they sent imperial messengers across the land,
The king must return and rule under French command.

> 1885
> tr. Xuân Oanh and Lady Borton

On 4 July 1885, fifteen-year-old King Hàm Nghi (life: 1871–1943; reign: 1884–1885) joined an insurrection against the French invasion of Annam (modern-day central Việt Nam). When the insurrection failed, Hàm Nghi fled from the imperial capital in Huế to Tân Sở in modern-day Quảng Trị Province. The French captured Hàm Nghi in 1888 and exiled him to Algeria, where he died in 1943. Tôn Thất Thuyết (1835–1913), one of the two powerful regents, accompanied King Hàm Nghi to mountainous Tân Sở in order to continue resistance against the French. Nguyễn Văn Tường (1818–1886), the other powerful regent, opposed the insurrection and supported the French.

Bà BANG NHÃN

VỊNH NÚI NGŨ HÀNH

Cảnh trí nào hơn cảnh trí này?
Bồng lai thôi cũng hẳn nơi đây?
Núi chen sắc đá màu phơi gấm,
Chùa nức hơi hương khói lộn mây.
Ngư phủ gác cần ngơ mặt nước,
Tiều phu chống búa dựa lưng cây.
Nhìn xem phong cảnh ưu lòng khách,
Khen bấy thợ Trời khéo đắp xây.

đầu thế kỷ XX

Mme. BANG NHAN (Bà BANG NHÃN)

IN PRAISE OF THE MARBLE MOUNTAINS

Could any earthly view be better?
Here surely must be Paradise.
A weave of colored stones, the mountains' hued brocade.
Pagoda dense with incense, smoke curling into clouds.
The fisherman sets aside his pole, forgetting the water.
Planting his axe, the woodcutter leans against a tree.
Look, this landscape unravels the heart.
Praise them, the Heavenly workers who built so skillfully.

early 20th century
tr. Lê Phương and Wendy Erd

The Marble Mountains, or Ngũ Hành (Five Elements) Mountains, are a group of five moun-
tains near the Hàn River along Việt Nam's central coast between Đà Nẵng and Hội An. Each
mountain represents one of five elements—metal, wood, water, fire, and earth—central to
ancient Eastern philosophy.

NHÀN KHANH

TỰ THUẬT

Đêm đông bóng giãi cành mai
Nghĩ mình mình giận một hai nỗi mình
Đã sinh ra kiếp phù sinh
Còn len vào chốn lan đình làm chi!
Thà nếm trải hoắc lê thanh đạm
Cái phong trần chưa dám bẻ bai
Lần lần gió sớm trăng mai
Mặc ai tử các mặc người kim lâu
Song đã chót nhuộm màu hồng phấn
Phải ôm đồm chút phận hồng nhan
Những là nắng dãi mưa chan
Thấy hoa vừa thẹn trông vàng nhường e
Sao tạo hóa khắt khe chi mấy?
Kiếp phù du trông thấy mà thương
Lối xưa tu đã vụng đường
Bây giờ gặp bước phong sương mới vừa
Mai sau hết kiếp bao giờ
Dẫu rằng phú quý cũng chừa trần gian
Ví không lên chốn Bồng sơn
Thì xin đem xuống Cửu toàn cho xong
Chân mây mặt đất bóng hồng
Cây cao bóng mát tâm đồng mặc ai
Tri âm những khách Bồng Lai
Biết đâu cái cuộc trần ai cho mình!
Ước gì vũ hóa hàn sinh
Quyết tâm cho đến cung đình thử coi
Vui chơi phong cảnh trên trời
Thử nhìn cho khác cõi đời này không?

đầu thế kỷ XX

NHAN KHANH (NHÀN KHANH)

A SELF-APPRAISAL

Winter nights when shadows cover the apricot branches,
I think about myself and feel angry at my feelings.
Since we're born into an ephemeral life
Why should we elbow our way into luxury!
Better to lead a simple life of rice and common vegetables,
Where tricks of fortune won't find fault with us,
Better to grow gradually under early winds and the moon,
Ignoring the whiners who connive for gold and palaces.
Once we have tinted our faces with rouge,
We must cope with the fate of a beauty
Exposed to the sun and seasons of abundance,
Ashamed to watch flowers and gold lose their radiance.
Why was the Creator so exacting?
It's painful to watch an ephemeral destiny.
The traditional nunnery has become an awkward route;
Now, it's only fair that we face the reverses of fortune.
If ever in the future this fate should end
If even the wealthy could be spared this world
If I can't climb Fairy Mountain
Please take me down below to the Nine Streams.
The feelings of the beautiful clouds and earth,
Of the tall trees and fresh shadows concern no one.
Sympathize with the guests of Fairyland,
It's impossible to know what this world has in store!
How we wish we could change this life,
How resolved we are to reach the Heavenly Palace
To see for ourselves the scenery of Heaven
And check: Is that world different from this one?

early 20th century
tr. Xuân Oanh and Lady Borton

SƯƠNG NGUYỆT ANH

TIẾNG THAN CỦA NGƯỜI CHINH PHỤ THỜI NAY

Cỏ mướt sân thềm, liễu thướt tha
Ngày nào chàng trở lại quê nhà
Nửa rèm trăng úa lòng tê tái
Lẻ gối quyên kêu lệ thấm nhòa
Ải bắc mây giăng mờ bóng nhạn
Giang sơn xuân héo tựa nga my
Tương tư bao độ thầm trong mộng
Từng đến bên anh - biết chăng là.

1918

SUONG NGUYET ANH (SƯƠNG NGUYỆT ANH)

NEW LAMENT OF A SOLDIER'S WAITING WIFE

The yard has grown over with grass, the weeping willow droops,
Oh husband, when will you return?
The dim moon behind the half curtain deepens my desperation,
Tears soak my solitary pillow as I listen to the cuckoo call.
Along the Northern Pass, clouds obscure the single swallow,
The curving hills fade like a woman's delicate eyebrow.
Lovesickness permeates my dreams,
Dear husband, have my dreams reached you?

1918
tr. Lê Phương and Wendy Erd

The Northern Pass refers to the front lines at Việt Nam's border with China, where her husband has gone into battle. Swallows are thought to be the couriers of news and love messages.

CAO NGỌC ANH

TỰ TRÀO

Nghĩ mình mà lại ngán cho mình,
Chẳng có chi mà lại có danh.
Không thế, không thần, không sự nghiệp,
Dở tiên dở tục dở tu hành.
Bầu vơi rượu thánh hồn lai láng
Túi nhẹ thơ tiên trí quẩn quanh
Đạo hữu ơ hay đâu vắng nhỉ
Biết ai đàm đạo mấy câu kinh.

1920

CAO NGOC ANH (CAO NGỌC ANH)

SELF-REPROACH

Thinking about myself, I feel discouraged again,
I have nothing, although I've a name.
No influence, no unusual skill, no cause;
Half fairy, half philistine, half religious practitioner.
Wine gourd partly drunk, inspiration spills forth
Light fairy poems with a muddled view.
Surely, fellow religious believers will desert me;
Who would ever discuss these prayers?

> *1920*
> *tr. Xuân Oanh and Lady Borton*

ĐẠM PHƯƠNG

CỨU TRỢ NẠN LỤT

Gió mưa một trận khéo vô tình,
Mấy huyện sinh linh hạt tỉnh Thanh.
Chìm nổi đã đành theo vận nước,
Giống nòi cảnh thế dễ làm thinh?

Làm thinh không nỡ phải ra tay,
Kẻ của người công giúp hội này.
Bồ liễu theo gương người nghĩa khí,
Nhiễu điều phủ giá mới từ đây.

Từ đây đã hiểu chữ tương thân,
Công đức chia nhau gánh một phần.
Nghề mọn riêng tây giùm việc nghĩa,
Tiếng oanh gọi bạn khắp xa gần...

1928?

DAM PHUONG (ĐẠM PHƯƠNG)

FLOOD RELIEF

Harsh winds and the relentless rains drown
Districts that were once Thanh Hoá towns,
Swirling them down river, the water brown.
Warn the world: Silence is a stand,

Silence without opening your heart and hand.
Laborers reach out in crises of need,
Women with their gentleness take a lead,
Only then do the palace chiefs heed.

From this time on, we understand "kindness,"
Everyone joining in to ease public distress,
Those from humble trades with help appear,
Women draw on friends far and near.

> *c. 1928*
> *tr. Lady Borton*

TƯƠNG PHỐ

KHÚC THU HẬN

Chàng đi buổi thu sơ năm ấy,
Thu năm về, nào thấy chàng về.
Chàng đi, đi chẳng trở về,
Thu về, thiếp những tê mê dạ sầu.
Làng mây nước biết đâu nhắn gửi,
Khoảng đất trời để mãi nhớ thương.
Vì chàng, chín khúc đoạn trường,
Vì chàng, trăm mối sầu vương tháng ngày.
Thu xưa khóc, thu này lại khóc,
Năm năm thu, mảng khóc mà già.
Người xưa khuất, cảnh cũ qua,
Non buồn, nước lạnh, cỏ hoa tiêu điều.
Nỗi ly hận mây chiều gió sớm,
Tình tương tư khoảng vắng đêm trường.
Gió mưa tâm sự thê lương,
Chỉ kim ai vá đoạn trường nhau đây!
Sầu ngây ngất những ngày thu lại,
Giọt ngâu tuôn lệ lại chan hòa. . .
Ngàn xanh sắc úa vàng pha,
Bông lau lả lướt la đà ngọn may.
Non nước buồn cỏ cây hiu hắt,
Khói mây tuôn, mặt đất chân trời.
Vời trông muôn dặm đường đời,
Bước trăm năm, luống ngậm ngùi cho thân.

TUONG PHO (TƯƠNG PHỐ)

AUTUMN RESENTMENT

You left that year in early autumn;
Autumn returned, but you did not.
You left, you left, never to return,
But autumn always returned, leaving me senseless with sorrow.
I couldn't send a note when clouds and floods blocked the villages,
When my longing had filled forever the vast earth and sky;
Because of you, the nine pieces of my heart were ripped,
Because of you, a hundred sorrows haunted me over time.
Last autumn I wept and wept; this autumn I weep once more.
Five autumns have passed; five years of weeping have aged me.
You, my past love, have fled; the life we lived has also gone.
The peaks seem sad; the water, chilly; the flowers, bleak.
My resentment is like an afternoon cloud, an early wind.
Self-pity consumes me during long, desolate nights
When I share my dreary confidence with the wind, the rain.
Whose needle and thread can mend the tear between us?
My sadness increases with the approaching autumn days.
Once again, tears like a sudden summer shower bathe me,
The deep green of the forest slips into a diseased yellow,
Reeds grow heavy, fall limp, quiver in the northwest wind.
The land seems to despair as the trees bend to the soft breeze;
Smoke and clouds drift across the earth toward the horizon.
I gaze here and there across a thousand leagues of life,
Across a hundred years of footsteps: In vain, I grieve for my fate.

Kể từ độ phong trần lạc bước,
Mười lăm năm mặt nước cánh bèo.
Gieo lòng theo ngọn thủy triều,
Lênh đênh thôi cũng mặc chiều nước sa!
Con măng sữa nay đà mười sáu,
Chốn hầu môn nương náu đức dầy.
Sách đèn cơm áo bấy nay,
Vì con, nuốt hết chua cay nỗi đời!
Phong lưu để ngậm ngùi tấc dạ,
Chén vinh hoa, lã chã giọt hồng!
Khóc than khôn xiết sự lòng,
Bèo xuôi sóng ngược cho lòng xót xa.
Khăn lệ cũ, chan hòa lệ mới,
Mối sầu xưa, chắp nối sầu nay.
Tân sầu cựu hận bao khuây,
Nắng sương, một vóc mai gầy thảm thương.
Thu năm về, thê lương dạ cũ,
Nước dòng thu khôn rũ tâm sầu,
Bi ca một khúc bên lầu,
Trăng thu dãi bóng, gió thu lạnh lùng.

Lầu cao, Bịnh viện Nam Hành
Mùa thu năm 1931

Since those days we wandered together through life's joys,
These fifteen years have been as rootless as duckweed on water.
You and I—we sowed the love in our hearts on the tide's crest,
Floating, drifting, with no thought to the waning tide.
Now, our fledgling of sixteen is poised to fly,
The generosity of others sheltering him all these years,
Providing books and a lamp, food and clothing.
For our child's sake, I've swallowed bitterness,
Denied myself my own daily comforts;
My cup of honor overflows with tears as bitter as persimmons.
How can my heart's laments and sobs ever cease?
The duckweed floats downstream and up, following my torn heart.
My handkerchief soaked with old tears drowns in new ones,
Today's melancholy clings to each sorrow from the past;
How can I forget when new sadness adds to old resentment?
Sunlight and dew come and go; my health wanes; people pity me.
Autumn returns each year, bringing fresh desolation,
Even the autumn stream can't cleanse my heart of sorrow;
And so I write this lament from the second story
As the autumn moon spreads its shadow and the wind its chill.

> *Upper floor, Nam Hành Hospital*
> *Autumn 1931*
> *tr. Xuân Oanh and Lady Borton*

VÂN ĐÀI

MỘNG XƯA

Nhớ lại khi còn tóc chấm vai
Họp mươi chúng bạn rủ nhau chơi
Giả làm người lớn gia đình sẵn
Quấn quýt chồng con, quyến luyến đời.

Óc trẻ tim non chẳng nghĩ xa
Tưởng đời hạnh phúc của người ta
Không cần tranh cạnh bình yên sống
Từ lúc đầu xanh đến tuổi già.

Ngọn gió thời gian nhẹ cánh mây
Coi đời thực tế đến đâu đây
Cho ta tận hưởng mùi nhân thế
Đầu nặng ngày thêm nặng trĩu ngày.

Giấc mộng thơ ngây phút biến dời
Vườn lòng trơ trọi sắc màu phai
Ly cao dốc mãi mùi cay đắng
Tim chín đau thương tuổi chín đời.

Bao phen lận đận gót tha hương
Áo nặng phong trần, mặt nắng sương
Hồn mãi đắm say tình vũ trụ
Nhưng lòng không vợi nỗi đau thương.

VAN DAI (VÂN ĐÀI)

OLD DREAMS

I remember when my hair touched my shoulders,
When a dozen friends played together,
Pretending to be grownups with families,
Each girl doting on her husband and children.

The young don't think ahead,
We wanted an ideal called happiness,
We saw it as peaceful, without competition,
Through our green years to old age.

Then, time's winds were as gentle as soft clouds,
But soon reality closed in,
We savored life's sharper tastes,
Our heads grew weary.

Our idyllic dreams shifted suddenly;
Gardens faded, turned desolate.
We raised cups holding bitterness,
Our hearts mellowed by suffering, our lives matured.

Again and again in foreign lands, we failed to find joy,
Our coats heavy with dust, our faces toughened by sun,
Our souls still passionate about living,
But our hearts tormented by life.

Vì chưng người thế lắm gian ngoan
Biến diễn trăm trò kịch thế gian
Sân khấu trần ai bao lá mặt
Nói cười đầu lưỡi tím buồng gan.

Cờ dối trăm khoanh nước lọc lừa
Mưu thần chước quỷ trí đong đưa
Lợi danh xô đẩy đời đen bạc
Xui giục lòng ta nỗi ngẩn ngơ.

Cho nên sống giữa chợ muôn người
Ta thấy lòng ta vẫn lẻ loi
Như kẻ lạc vào sa mạc vắng
Mênh mang đất rộng tiến trời dài.

Hôm nay dừng bước lại quê nhà
Mùi cốm vòng non gợi ý ta
Muốn dở phim đời quay trở lại
Bao năm gió bụi đã phai nhòa.

Để sống vài giây lúc thiếu thời
Nhưng lòng khô héo quá lòng ơi
Ta ôm kỷ niệm nhìn xa thẳm
Mắt lệ vì đâu lã chã rơi.

1942

We see dishonest people
Performing countless plays
On a stage filled with misery, their many voices
And laughter, their words making us purple with rage.

As in a game of chess, tricks of imposters deceive us,
So also do the ruses of evil spirits abuse the intellect,
While profit and fame control life,
And ingratitude fills the heart with melancholy.

We live as if in a busy market,
Yet feel lonely
As though lost in an uninhabited desert
With the immense earth stretching to the sky.

Stop today and revisit your native village:
The aroma of tender, green rice flakes will suggest
How we want the unfinished film of life to return
The troubled years that have faded.

To live but a few seconds when we lack time,
Our hearts already withered,
Clutching our memories as we gaze into the distance,
Our tears streaming forth.

> 1942
> *tr. Xuân Oanh and Lady Borton*

MỘNG TUYẾT

GIÁ GẠO TRÀNG AN

(Gửi Vân Muội, cô hàng hoa vườn Trí Đức)

Nghe nói Tràng An giá gạo cao
Đói cơm cửu hạn khát mưa rào.
Bà con ta ở miền Trung, Bắc
Thóc gạo Đồng Nai những ước ao.

Tổ quốc bâng khuâng hồn nghệ sĩ
Cô em rủ chị học làm thơ.
Em vui bể mực dầm hồn thơ
Chị mải rừng văn xây lối mơ.

Cấp sách về đây tự nẻo xa
Người đang ngắc ngoải đợi chờ ta.
Vốn nghèo biết giúp gì, em nhỉ?
- Ngã mại kỳ văn, nhĩ mại hoa.

1945

MONG TUYET (MỘNG TUYẾT)

THE PRICE OF RICE IN TRÀNG AN

(For Vân Muội, clerk at a flower shop in Tri Đức Garden)

I hear the price of rice in Tràng An is high.
Starving for food, thirsting for life-saving rain,
Our friends and family in the center and the north
Are desperately hoping rice will be sent from Đồng Nai.

Grief dazes our nation's artists.
You encouraged me to study poetry,
You want to release the ink of my poetic spirit.
Lost in a literary forest, I was building a road out.

I carried your books back home.
The people awaiting rice are in agony.
Sister, with my poor skills, how can I help?
You'd answer: "I'll sell literature, you sell flowers."

1945
tr. Xuân Oanh and Lady Borton

This poem was written in 1945 at the end of World War II, when two million people died of starvation in northern and central Việt Nam. Tràng An is an old name for Hà Nội. Đồng Nai, a province adjacent to Sài Gòn in southern Việt Nam, has very fertile land famous for its rice. The rice from Đồng Nai did not reach northern Việt Nam in time because the war had destroyed the railway and the road running the length of Việt Nam. Tri Đức Garden was a park alongside Hà Nội's Hoàn Kiếm Lake near where the ANZ Bank is now located.

MAI ĐÌNH

NGHẸN NGÀO

Những lời em hứa lúc anh đau
Là giải cho anh bớt khổ sầu
Trong lúc đời anh không thể sống
Nửa hồn thì chết, nửa hồn đau

Hôm nay bỗng được tin anh chết
Tất cả tim em đã lạnh rồi
Anh chết là đời em đã chết
Não nùng chi lắm hỡi anh ơi!

Em khấn cùng anh thấu nỗi lòng
Xem tình em có phụ anh không
Tình em đã chết muôn năm trước
Nào có còn đâu để ước mong

Còn có khi nào nhớ đến em
Hồn anh hãy kiếm buổi ban đêm
Giữa dòng sóng bạc, trên cồn cát
Dưới bóng trăng ngà, anh đón em.

1940

MAI DINH (MAI ĐÌNH)

STUNNED

I made promises when you were ill
To relieve your misery and your gloom
At the point when you couldn't live:
Half your spirit dead, half in pain.

At today's sudden news of your death,
My chilled heart has frozen.
You have died, my life has ceased.
My dear! I am so desperately sad.

I pray you will search my heart
And judge whether I'm loyal to you.
My love died a thousand years ago;
Now, all my dreams are dead.

At times you will still remember me,
Your soul seeking me in the night
Amid silvery waves, on the sandy dunes.
Under the frail moonlight, you'll meet me.

1940
tr. Xuân Oanh and Lady Borton

NGÂN GIANG

TRƯNG NỮ VƯƠNG

Thù hận đôi lần chau khóe hạnh
Một trời loáng thoáng bóng sao rơi
Dồn sương vó ngựa xa non thẳm
Gạt gió chim bằng vượt dặm khơi.

Ngang dọc non sông đường kiếm mã
Huy hoàng cung điện nếp cân đai
Bốn phương gió bãi lùa chân ngựa
Tám nẻo mưa ngàn táp đóa mai.

Máu đỏ cốt xương thù vạn cổ
Ngai vàng đâu tính chuyện tương lai
Hồn người chín suối cười an ủi
Lệ nến năm canh rỏ ngậm ngùi.

Lạc tướng quên đâu lời huyết hận
Non Hồng quét sạch bụi trần ai
Cờ tang điểm tướng nghiêm hàng trận
Gót ngọc gieo hoa ngát mấy trời.

Ải bắc quân thù kinh vó ngựa
Giáp vàng khăn trở lạnh đầu voi
Chàng ơi điện ngọc bơ vơ quá
Trăng chếch ngôi trời bóng lẻ soi.

1941

NGAN GIANG (NGÂN GIANG)

QUEEN TRƯNG

Her eyes darkened in hatred.
The sky was indistinct, a lone star fell.
Mist covered the horses' tracks on distant mountains,
The birds of prey had fought the wind and crossed the sea.

Her mounted swordsmen lined the homeland peaks.
The splendor of the palace shone on their ceremonial robes.
Hoof beats drove through the four corners of the plain's winds.
Rain striking from eight directions beat the forests' apricot blooms.

Blood and bones had piled up in eternal hatred;
She had never thought what the future might bring.
His soul in the Other World smiled on her in consolation;
She spread her tears by candlelight during the last watch.

She could not forget her blood-soaked hatred;
Sacred Mountain would clean this world of filth.
Mourning flags inspired her generals' battle discipline;
Pounding heels of jade would sow flowers to sweeten the skies.

Her horses on the pass terrified the enemy;
Golden armor bands cooled her elephant's forehead.
Without her beloved, the Jade Palace felt desolate;
A moon shadow slanted across the once-shared throne.

> *1941*
> *tr. Xuân Oanh and Lady Borton*

The invading Chinese killed Trưng Trắc's husband in 40 C.E. She and her sister, Trưng Nhị, led
the first Vietnamese victory over the Chinese in recorded history.

ANH THƠ

CHIỀU XUÂN

Mưa đổ bụi êm êm trên bến vắng,
Đò biếng lười nằm mặc nước sông trôi;
Quán tranh đứng im lìm trong vắng lặng
Bên chòm xoan hoa tím rụng tơi bời.

Ngoài đường đê cỏ non tràn biếc cỏ,
Đàn sáo đen sà xuống mổ vu vơ;
Mấy cánh bướm rập rờn trôi trước gió
Những trâu bò thong thả cúi ăn mưa.

Trong đồng lúa xanh rờn và ướt lặng,
Lũ cò con chốc chốc vụt bay ra,
Làm giật mình một cô nàng yếm thắm
Cúi cuốc cào cỏ ruộng sắp ra hoa.

1941

ANH THO (ANH THƠ)

SPRING AFTERNOON

Rain like dust motes gentles the wharf
A lazy boat lounges on the river
A thatched stall stands silent in the deserted village
Floating purple flowers fall to the earth near the margose trees.

Young grass spreads in a blue-green blush along the dike road
Starlings swoop down, peck aimlessly
Butterflies undulate in the breeze
Cattle and buffalo graze in the soft rain.

From the lush green paddies all wet and quiet
Young egrets take off in flight
Startling a young woman in a red halter
Raking weeds in a rice field about to bloom.

1941
tr. Xuân Oanh and Lady Borton

T.T.KH

HAI SẮC HOA TIGÔN

Một mùa thu trước mỗi hoàng hôn
Nhặt cánh hoa rơi chẳng thấy buồn
Nhuộm ánh nắng tà qua mái tóc
Tôi chờ người đến với yêu đương.

Người ấy thường hay ngắm lạnh lùng
Dải đường xa vút bóng chiều phong
Và phương trời thẳm mờ sương, cát
Tay vít dây hoa trắng chạnh lòng.

Người ấy thường hay vuốt tóc tôi
Thở dài trong lúc thấy tôi vui
Bảo rằng: "Hoa dáng như tim vỡ
Anh sợ tình ta cũng vỡ thôi".

Thuở ấy nào tôi đã hiểu gì
Cánh hoa tan tác của sinh ly
Cho nên cười đáp: "Màu hoa trắng
Là chút lòng trong chẳng biến suy".

Đâu biết lần đi một lỡ làng
Dưới trời gian khổ chết yêu đương
Người xa xăm quá, tôi buồn lắm
Trong một ngày vui pháo nhuộm đường.

Từ đấy, thu rồi, thu lại thu
Lòng tôi còn giá đến bao giờ
Chồng tôi vẫn biết tôi thương nhớ
Người ấy cho nên vẫn hững hờ.

T.T.KH (T.T.KH)

QUEEN'S WREATH IN TWO COLORS

Once, gathering falling flowers
In a distant autumn before dusk
I waited, my hair brightened by sun
For someone filled with love to come.

Coldly, he would gaze at the road
Shadowed by maples in late light,
The horizon blurred with dew and sand,
His anxious hand on the white-flowered vine.

He would approach and stroke my hair
Sigh when I was happy and say:
"The flowers are shaped like a broken heart;
I fear our love will also break."

Back in those days, I didn't know
That was the flower of those who part.
Laughing, I said: "The white color
Stands for the pure undoubting heart."

But our journey came to a halt.
He went away and left me sad.
Our love had died—even on my wedding day
When firecracker papers of happiness dyed my path.

Since then the autumns come and go
My heart has frozen, unyielding.
Because my husband knows my sorrow
He has become indifferent, unfeeling.

Tôi vẫn đi bên cạnh cuộc đời
Ái ân lạt lẽo của chồng tôi
Mà từng thu chết, từng thu chết
Vẫn giấu trong tim bóng một người.

Buồn quá hôm nay xem tiểu thuyết
Thấy ai cũng ví cánh hoa xưa
Nhưng hồng tựa trái tim tan vỡ
Và đỏ như màu máu thắm pha!

Tôi nhớ lời người đã bảo tôi
Một mùa thu trước rất xa xôi
Đến nay tôi hiểu thì tôi đã
Làm lỡ tình duyên cũ mất rồi!

Tôi sợ chiều thu phớt nắng mờ
Chiều thu, hoa đỏ rụng. Chiều thu
Gió về lạnh lẽo chân mây vắng
Người ấy ngang sông đứng ngóng đò.

Nếu biết rằng tôi đã lấy chồng
Trời ơi! Người ấy có buồn không
Có thầm nghĩ đến loài hoa... vỡ
Tựa trái tim phai, tựa máu hồng?

1937

I walk on the margins of life;
Making love with him is hollow.
Autumn after autumn dies;
In my heart there lies his shadow.

Sad, I read in a novel today
Of someone who also knew my flower,
But pink, like a dissolving heart,
And red, like seeping blood—that color.

I recall the words that were said to me
That autumn so very long ago.
By the time I came to understand
My fated love was lost, let go.

It's the light of autumn afternoons,
Red flower afternoons I fear:
When cold winds shift the desolate clouds.
Someone waits on the other shore.

If he knew that I was married now,
Oh, my God, would he be sad?
Would he think then of that broken flower
Like a red heart, like seeping blood?

1937
tr. Thúy Đinh and Martha Collins

CẨM LAI

TƠ TẰM

Một nong tầm là năm nong kén
Một nong kén là chín nén tơ
Công em năm nắng mười mưa
Nương vườn em cuốc, em bừa trồng dâu.

Vườn trước nương sau
Dâu em xanh mướt như màu lúa xanh
Lá dâu xanh nương cành nắng sớm
Giọt sương đêm tròn đượm mồ hôi
Tầm ăn lên mấy lứa rồi
Mấy lần dâu đã đầy vơi lắng tròn
Hai tay hái lá dâu non
Em nhìn khoan khoái hẳn ngon miệng tằm.

Một nong tầm là năm nong kén
Em ươm mẻ tằm em hẹn mớ tơ
Canh khuya vẳng tiếng dế đưa
Đốt đèn dầu lạc ánh mờ mờ soi
Tầm em đã đến bữa rồi
Vươn mình lên nhớ đến người cho ăn
Rắc lá cho tằm, rắc lá cho tằm
Ăn no chóng lớn mới cam lòng này
Nhẹ bàn tay, nhẹ bàn tay
Tầm ơi ăn lá dâu này, lớn mau!
Lá dâu này tự tay vun xới
Chăn nuôi tầm ai đợi, ai trông?

CAM LAI (CẨM LAI)

SILKWORM THREAD

One tray of silkworms makes five trays of cocoons,
One tray of cocoons makes nine spools of silk thread.
Under the sun and through the rain I labor,
Hoeing and raking the garden to grow mulberries.

Garden in front, land in back,
Mulberries, green as the color of rice plants,
Green mulberry leaves in early sunlight.
At night, my sweat soaks the dew,
I feed silkworms, feed them again,
Again and again, I fill round wicker trays
With young leaves my hands have picked,
Comforted as the silkworms reach for them.

One tray of silkworms makes five trays of cocoons
And promises spools of silk thread. I breed more worms.
As the late night echoes with the sound of crickets,
I light a weak flame to brighten the leaves.
It's time for the worms to feast.
They rise, looking for the one who cherishes them.
I spread and spread leaves for the silkworms
That they may graze and fatten and gladden my heart.
Gently, gently, I direct my hands.
Oh, silkworms, eat these mulberry leaves and grow quickly!
Alone, I tend the trees—
Who else is there to feed the worms?

Một nong tầm là năm nong kén
Một nong kén là chín nén tơ
Nén tơ vàng óng a óng ả
Tầm đủ ngày tầm nhả sợi xinh
Buông tơ tầm rút ruột mình
Cuộn trong kén nhỏ trọn tình dâu non
Nuôi tầm công khó mỏi mòn
Đền công, lứa kén nong tròn vàng tươi
Lòng em vui vui
Bõ công vun xới chăn nuôi dâu tầm
Nhớ người ở chốn xa xăm
Bom rơi, đạn rít, mưa dầm, nắng dai
Làm quà dệt lụa đậu hai
Em may chiếc áo phủ vài nắng nâu
Em sẽ mở đầu
"Tự tay ươm dệt gửi vào tặng anh".

1948

One tray of silkworms makes five trays of cocoons,
One tray of cocoons makes nine spools of silk thread,
Spools of gold—silky, glittering.
Time now for the worms to spin their gossamer,
Salivating to yield their threads,
Then curling into cocoons, their love for mulberry leaves fulfilled.
Breeding silkworms, a wearying life,
Redeemed by this golden harvest
That pleases me
As I work,
Thinking of you living
Under bombs and shells in unrelenting rain and heat.
From this silk I will weave a coat
And dye it golden brown with bright sunlight.
I will say:
Alone, I raised and wove this gift for you.

      1948
      tr. Xuân Oanh and Rose Moxham

TRẦN THỊ TUỆ MAI

VU QUY

Một lần khép nép
Chào biệt mẹ cha
Phận con là gái
Như hạt mưa sa.
Một lần e lệ
Bước lên xe hoa
Khép trang nhật ký
Thôi dòng viễn mơ.
Thôi chăn gối lẻ
Gửi lại giường xưa
Ủ giùm cho nhé
Hương đào ngây thơ.
Thôi bàn học cũ
Sách vở từng năm
Nhớ người tóc xõa
Ôn bài dưới trăng.
Gửi khu vườn nhỏ
Ngày tháng nô đùa
Chân chim khuyên nhẩy
Dưới tàng lá thưa.
Gửi khu vườn nhỏ
Những dáng thường qua

TRAN THI TUE MAI (TRẦN THỊ TUỆ MAI)

HER WEDDING

Shyly I bow
Goodbye to my parents
The fate of a girl
A drop of falling rain.
Shyly I step
Into the wedding carriage
Closing my diary.
Gone are my dreams.
Gone, the single pillow
Left behind, the old bed
Asked to preserve the scent
Of peach-fresh childhood.
Gone, the old desk
Notebooks that will miss
The girl with flowing hair
Who studied under the moon.
Left behind, the garden
Days of childhood games
The wren's dancing feet
Under thin leaves.
Left behind, the garden
Shadows of those who passed

Dấu chân lưu luyến
Dòng mắt mong chờ.
Gửi khu vườn nhỏ
Những thoáng say mơ
Của mùa e ấp
Sen ngó đào tơ.
Long lanh ngấn lệ
Điểm má xuân thì
Hương trinh rờn rợn
Tà áo vu quy.

giữa thế kỷ XX

Lingering footprints
Longing eyes.
Left behind, the garden
Moments of wild dreaming
A shy budding season
Of lotus and peach.
Shining traces of tears
Mark my springtime cheeks,
Quivering virgin scent
Hovers in the folds of my wedding dress.

>   *mid-20th century*
>   *tr. Thúy Đinh and Martha Collins*

LÊ GIANG

KHÚC CA NGƯỜI CHÀO HÀNG

(Người sưu tầm dân ca tự giới thiệu)

Ông bà tôi chèo ghe trên sông Hậu, sông Tiền
Bán lá lợp nhà cho người đi khẩn hoang lập nghiệp
Đêm khuya khoắt thả mái dài, mái cụt
Gió đưa cơn buồn ngủ lên bờ. . .

Cha mẹ tôi bơi xuồng về Rạch Gốc, Ô Rô
Vớt củi lụt bao mùa mưa lũ
Gửi đất giồng trồng khoai điệu lý
Đắng cay thì ở lại với rau răm.

Thương cha mẹ ông bà tìm lại bữa xa xăm
Qua sông Hậu, sông Tiền, xuống Ô Rô, Rạch Gốc
Theo câu hát của người đi mở nước
Đừng để lòng mình lúc đục, lúc trong.

Với tháng năm tôi thành kẻ chào hàng
Yêu khắc khoải cái bông bần mộc mạc
Gì thì cũng sanh ra từ đất
Rẻ rúng làm chi câu ví phận vông đồng.

Với tháng năm tôi vẫn sống chào hàng
Thả chim sáo sổ lồng cho sáo vui sáo hát
Câu nhân nghĩa khó tìm khi bất trắc
Lòng người đâu dễ lấy thước đo.

Xin chào hàng bằng khúc hát dân ca
Ai mua lá lợp nhà đi mở nước
Thả lòng mình trong đêm khuya khoắt
Cho vướng mắc trọn đời bờ cõi của ông cha.

1995

LE GIANG (LÊ GIANG)

THE HAWKER'S SONG

A self-introduction by a researcher in folk songs

My grandparents sculled a dingy on the Hậu and Tiền Rivers,
Selling thatch to people breaking ground for a new life.
Late at night they stowed their oars and paddles;
They were weary when the wind finally drove them to shore—

My parents rowed a boat on the Gốc and Ô Rô Canals,
Picking up firewood from flood waters during rainy seasons,
Entrusting their land to those planting sweet potatoes;
Were they to meet defeat, they'd settle for living on knotweed.

I pitied my parents and grandparents, who had to go far off
Across the Hậu and the Tiền Rivers, down the Ô Rô and Gốc Canals,
Following the songs of those who had opened up our country,
Stopping whenever their hearts clouded over or cleared.

In time, I too hawked wares,
Restless, loving the ordinary water lily.
Everything comes from earth;
Why do we not praise the destiny of itinerants?

Even today, I still hawk wares,
Freeing the common myna to sing with joy.
Kind words come hard from those in trouble;
We cannot easily measure people's hearts with yardsticks.

Today, I hawk my wares and sing folk songs
About those who bought thatch to build a new country;
I have freed my heart to travel great distances late at night,
Engrossed in this work, recording the lives of forefathers.

1995
tr. Xuân Oanh and Lady Borton

THÚY BẮC

SỢI NHỚ SỢI THƯƠNG

Trường Sơn đông
Trường Sơn tây

Bên nắng đốt
Bên mưa quây

Em dang tay
Em xòe tay

Chẳng thể nào
Che anh được

Rút sợi thương
Chắp mái lợp

Rút sợi nhớ
Đan vòm xanh

Nghiêng sườn đông
Che mưa anh

Nghiêng sườn tây
Xòa bóng mát

Rợp trời thương
Màu xanh suốt

Em nghiêng hết
Về phương anh.

1977

THUY BAC (THÚY BẮC)

THREAD OF LONGING, THREAD OF LOVE

Trường Sơn East
Trường Sơn West

On one side, sun burns
On the other, rain circles

I extend my hand
I open my hand

Impossible
To cover you

Pull this thread of love
To splice a roof

Pull this thread of longing
To weave a blue dome

Bend the Eastern Range
To cover you from the rain

Bend the Western Range
To spread a cool shadow

Canopy the sky with love
Of purest blue

I bend everything
Toward you.

> *1977*
> *tr. Lê Phương and Wendy Erd*

The Hồ Chí Minh Trail went through the Long Mountains (Trường Sơn).

LỆ THU

VẦN THƠ CỦA EM

Em muốn anh là đại dương
Ngàn đời không thôi mới lạ
Nhưng lại sợ lòng anh sâu thẳm quá
Em làm sao đến được tận cùng

Em muốn anh là dòng sông
Hào phóng ban phù sa bồi đắp
Nhưng lại sợ sông dài tít tắp
Nước trôi đâu dễ quay về!

Em muốn nghe câu nguyện thề
Để yên lòng có anh mãi mãi
Nhưng lại sợ bay giữa đời ngang trái
Dại khờ em buộc cánh anh

Em muốn anh là vầng trăng
Của một đêm rằm tha thiết
Nhưng lại sợ mai rồi trăng khuyết
Tình yêu mờ nhạt theo mùa?

Thôi anh hãy là vần thơ
Nhập vào tim em vậy nhé
Để muôn sau tình ta vẫn trẻ
Vẫn nồng nàn nguyên vẹn trong nhau!

1990

LE THU (LỆ THU)

MY POEM

I want you to be the ocean
Never ending, forever strange.
But I fear your heart may run too deep
For me to reach its limits.

I want you to be a river
Depositing rich soil on its banks.
But I fear the river's length;
When does flowing water return?

I want to hear your words in a vow
To be sure you are mine forever.
But I fear flying high unfettered;
Yet how can I bind your wings?

I want you to be the moon,
Full on the fifteenth of the lunar month,
But I fear the next days' waning;
Would our love also fade with the season?

So! You should be a poem
Gently entering my heart.
Then, our love forever young
Can be compassionate and complete!

> 1990
> *tr. Xuân Oanh and Lady Borton*

HOÀNG THỊ MINH KHANH

GỌI ĐÒ

Tặng chị Sợi

Ngày xưa chị có một thời
Hoa ghen sắc thắm nụ cười nên duyên
Trai làng nhắm nhé bắn tin
Yêu thầm nhớ trộm chị quên lối về.

Thế rồi một buổi trăng thề
Chị yêu người đã ra đi góc trời
Nhưng anh bộ đội xóm ngoài
Không còn trở lại - mong hoài chị mong.

Mấy lần lỡ chuyến sang sông
Mặc cho ai gọi - chị không xuống đò
Mỏi mòn con mắt đợi chờ
Chị tin anh - chẳng bao giờ mất nhau.

Nhưng rồi gió rụng tàu cau
Đò ngang chị xuống mưa mau lạnh lùng
Đời long đong đến tận cùng
Số cô đơn chẳng thoát vòng cô đơn.

Xa quê mấy chục năm trời
Em về thấy chị mặt buồn tụng kinh
Sững sờ - vẫn thấy chị xinh
Vẫn khuôn miệng ấy lung linh một thời.

HOANG THI MINH KHANH (HOÀNG THỊ MINH KHANH)

CALLING THE SAMPAN

For my friend, Sợi

At one time in the old days
Even flowers envied your beauty and engaging smile.
Village boys sent notes describing how
Longing and love made them forget their way.

Then one evening under the moonlight
You loved a man who went far away.
That soldier came from another hamlet;
He never did return—you waited and waited.

You missed times crossing the river
No matter who called—you abandoned your sampan.
Your eyes were weary with waiting,
You believed him—you'd never lose each other.

Then wind shook the areca nuts,
You poled the sampan through rain and cold.
Your unlucky life had become untenable,
Solitary, you couldn't escape loneliness.

Away from our home for decades,
I returned to find you sad, saying prayers.
Transfixed—I still found you pretty,
Your full lips glistening for a moment.

Hồng nhan bạc mệnh ở đời
Em thương chị lắm nhưng rồi biết sao
Người đi bom đạn chiến hào
Chị về cắm một con sào đợi trông.

Bây giờ tóc đã hoa râm
Tụng kinh niệm Phật trăm năm gọi đò.

1995

Beauty can bring misfortune into life,
I love you tenderly but I can't help.
He left for bombs in trenches;
You remained behind, clasping your oar, waiting.

Now your hair has turned gray;
Praying to Buddha, you call the sampan forever.

1995
tr. Xuân Oanh and Lady Borton

XUÂN QUỲNH

THUYỀN VÀ BIỂN

Em sẽ kể anh nghe
Chuyện con thuyền và biển

"Từ ngày nào chẳng biết
Thuyền nghe lời biển khơi
Cánh hải âu, sóng biếc
Đưa thuyền đi muôn nơi.

Lòng thuyền nhiều khát vọng
Và tình biển bao la
Thuyền đi hoài không mỏi
Biển vẫn xa. . . còn xa.

Những đêm trăng hiền từ
Biển như cô gái nhỏ
Thầm thì gửi tâm tư
Quanh mạn thuyền sóng vỗ.

Cũng có khi vô cớ
Biển ào ạt xô thuyền
(Vì tình yêu muôn thuở
Có bao giờ đứng yên?)

Chỉ có thuyền mới hiểu
Biển mênh mang nhường nào
Chỉ có biển mới biết
Thuyền đi đâu, về đâu.

XUAN QUYNH (XUÂN QUỲNH)

THE BOAT AND THE SEA

Let me tell you
The story of the boat and the sea.

No one knows when
The boat first heard the high sea.
The wings of the albatross and the blue waves
Led the boat to a thousand places.

The boat's heart filled with longing
But the sea's love swelled.
The boat traveled constantly without tiring
But the sea remained distant, still distant.

On gentle moonlit nights
The sea was like a young girl
Whispering her feelings
In waves lapping the boat's hull.

Sometimes without reason
The sea raged at the boat.
(For when does boundless love
Ever stand still?)

Only the boat could understand
How endless was the sea.
Only the sea could know
Where the boat came and went.

Những ngày không gặp nhau
Biển bạc đầu thương nhớ
Những ngày không gặp nhau
Lòng thuyền đau - rạn vỡ
Nếu từ giã thuyền rồi
Biển chỉ còn sóng gió".

Nếu phải cách xa anh
Em chỉ còn bão tố.

1968

The days they didn't meet
The white-capped sea filled with longing;
The days they didn't meet
The boat's heart ached—and cracked.
If the boat should part without a farewell
The sea would have only wind and waves.

If I must part from you
I will have only storms.

1968
tr. Xuân Oanh and Lady Borton

PHAN THỊ THANH NHÀN

HƯƠNG THẦM

Cửa sổ hai nhà cuối phố
Không hiểu vì sao không khép bao giờ
Đôi bạn ngày xưa học cùng một lớp
Cây bưởi sau nhà ngan ngát hương đưa.

Giấu một chùm hoa trong chiếc khăn tay
Cô gái ngập ngừng sang nhà hàng xóm
Bên ấy có người ngày mai ra trận.

Họ ngồi im không biết nói năng chi
Mắt chợt tìm nhau rồi lại quay đi
Nào ai đã một lần dám nói.

Hoa bưởi thơm cho lòng bối rối
Anh không dám xin cô gái chẳng dám trao
Chỉ mùi hương đằm ấm thanh tao
Không giấu được cứ bay dịu nhẹ.

Cô gái như chùm hoa lặng lẽ
Nhờ hương thơm nói hộ tình yêu
(Anh vô tình anh chẳng biết điều
Tôi đã đến với anh rồi đấy…)

Rồi theo từng hơi thở của anh
Hương thơm ấy thấm sâu vào lồng ngực
Anh lên đường hương sẽ theo đi khắp
Họ chia tay vẫn chẳng nói điều gì
Mà hương thầm thơm mãi bước người đi.

1970

PHAN THI THANH NHAN (PHAN THỊ THANH NHÀN)

HIDDEN PERFUME

The windows of the two houses at the end of the street,
Why are they never closed?
A couple of friends once were classmates,
A grapefruit tree behind the house floats its perfume.

Hiding a cluster of its blossoms under her handkerchief,
A young girl slowly crosses to her neighbor's house,
Where someone will leave soon for the Front.

They sit in silence, not knowing what to say,
Suddenly eyes seek eyes, then turn away,
Who would dare speak even a word?

The scent of the grapefruit blossoms makes their souls shy,
The young man dares not notice; the young girl dares not ignore.
Only the fine perfume
Floats gently through the air.

Like the blossoms, the young girl is silent,
She lets the perfume speak of her love.
("How heartless you are! You still don't know
I have come to be with you—")

Trailing him breath by breath,
That perfume fills his lungs.
Wherever he goes, it follows.
They parted without a word,
But a hidden perfume fills his steps.

1970
tr. Nguyễn Thế Vinh and Trish Thompson

TRẦN MỘNG TÚ

CON MÈO CÔ ĐƠN

Con mèo nằm ngoài sân
Cô đơn đùa với nắng
Tôi bên trong cửa kính
Cô đơn ngắm con mèo

Cỏ màu xanh ngọc thạch
Chiếc lưng trắng quay tròn
Nắng lung linh từng giọt
Mèo xoay quanh nỗi buồn

Tôi nhìn tôi trên kính
Chiếc bóng mờ vết loang
Cửa hôn nhân khép chặt
Giam tôi rất nhẹ nhàng

Mèo có góc sân cỏ
Tôi có khung kính mờ
Hai ta cùng bé nhỏ
Niềm cô đơn vô bờ

Mèo ơi phơi trong nắng
Khô hộ tôi nỗi buồn
Quê xưa, người tình cũ
Vẫn ướt sũng trong hồn.

1980

TRAN MONG TU (TRẦN MỘNG TÚ)

LONELY CAT

The cat sprawls in the yard
Lonely, playing with sunlight.
Inside the window
Lonely, I'm watching him.

On grass green as jade,
Alone, his white back spins.
Sun shimmers down, drop by drop
The cat turns round my sadness.

I see myself in the glass,
A dim shadow, its outline vague:
The gate to marriage shut tight,
Imprisoning me so gently.

The cat has his corner of grass,
I, my dim pane.
We two, so small.
Our loneliness uncontained.

Dear cat in the sun,
Assuage my sadness.
My ancient homeland, my former lover
Still soak my soul.

1980
tr. Lê Phương and Wendy Erd

Ý NHI

NGUYỆN ƯỚC

Ra đi
như con thuyền rời bến khi ngày vừa rạng
sóng chạm vào doi cát lời từ biệt.

Như chiếc lá còn xanh rời bỏ nhánh cành
dấu vết mơ hồ trên cội rễ.

Như bông lan tím sẫm
nhạt dần
rồi một ngày khép lại tựa chiếc kén cũ xưa.

Ra đi
như chiếc bình sứ lộng lẫy trong tủ kính sáng đèn
âm thầm vỡ rạn.

Như bài thơ hay trên trang báo bị xé
buồn tủi
hân hoan
bay những cánh bướm cuối ngày hè.

Như chiếc nhẫn của lời hẹn ước
tuột khỏi vòng tay
lẩn mình cùng sỏi đá.

Ra đi
như người đàn bà đi khỏi mối tình của mình.

1998

Y NHI (Ý NHI)

LONGING

To leave
like a boat pulling away from a dock at dawn
while waves touch the sandbar, saying goodbye

Like a still-green leaf torn from a branch
leaving only a slight break in the wood

Like a deep purple orchid
gradually fading and
then one day closing off like an old cocoon

To leave
like a radiant china vase displayed on a brightly lit shelf,
as the vase starts to crack

Like a lovely poem ripped from a newspaper
first sad
then elated
as it flies off like a butterfly in late summer

Like an engagement ring
slipping off a finger
and hiding itself among pebbles

To leave
like a woman walking away from her love

> *1998*
> *tr. Thúy Đinh and Martha Collins*

TRẦN THỊ MỸ HẠNH

TỔ LÀM ĐƯỜNG DƯỚI NÚI NGỌC MỸ NHÂN

Bên sông Vân, núi Ngọc Mỹ Nhân
Buổi trưa vàng, cái nắng ong ong
Núi in rõ hình cô gái đẹp
Nằm nghiêng mắt nhìn trời xanh trong.

Rẽ mây lên bạn với Mỹ Nhân
Một tổ làm đường nữ công nhân
Sức trẻ càng dài theo tuyến mới
Tay cuốc giỏi giang, tay súng chăm.

Thương sao con đường viền quanh núi
Hố bom chồng lên những hố bom
Cây trám cây sồi bầm ứ nhựa
Chim rẽ ri mất tổ lạc đàn
Lòng núi quặn đau từng thớ đá
Đất nhào thành những bãi bùn non.
Núi "Người đẹp" đêm đêm vẫn thức
Với đoàn thợ gái sửa đường
Ngọn đèn đau đáu nhìn phía trước
Miếng bánh mì khô ăn cũng ngon.

Áo xanh hôm qua vừa mới lĩnh
Hôm nay đã vá (có hề chi)
Nắng đổ, mưa tuôn và khói đắng
Ngăn sao tiếng cuốc chuyển trời khuya.

TRAN THI MY HANH (TRẦN THỊ MỸ HẠNH)

THE ROAD REPAIR TEAM AT JADE BEAUTY MOUNTAIN

Jade Beauty Mountain at Vân River
Deserted at midday, buzzes with heat.
The mountain looks like a beautiful girl
Reclining, her eyes searching the azure sky.

Clouds like friends surround the Beauty.
Below are women workers from a road team,
Their youth and strength breaking a new trail,
Their hands skilled with hoes and quick with guns.

Pity the road circling the mountain,
Bomb craters slashing into bomb craters,
Olive trees, oak trees blackened with resin,
The birds scattered, ripped from their flocks,
Every rock on Beauty Mountain cringing in pain,
The earth tumbling down into the lowland paddies,
Night after night as the Beauty Mountain lies awake.
The women repairing the road are uneasy;
With torches, they search their way forward.
For them, a bite of dried bread is a delicious treat.

The green jackets that arrived yesterday
Were completely mended today (it was nothing).
Despite beating sun, pouring rain, and bitter smoke,
The chop, chop of hoes lifts skyward until after midnight.

Đây là chiến trận - đây tiền tuyến
Ta giành với giặc từng tấc đường
Từng xẻng đá nồng nàn hương núi
Máu, mồ hôi trộn đất ba-dan.

Tôi nghe tiếng còi xe rất trong
Thấy tim mình, tim đường máu thông.
Những cô gái lòng ngời ánh ngọc
Bóng vươn dài trên đỉnh Mỹ Nhân.

1968

The battlefield is here—The Front is here,
We fight the enemy for every inch of this road,
We shovel, shovel rock that smells of the mountain,
Our blood and sweat blending with the mountain's basalt.

I hear the startling horns of passing trucks,
Feel my blood and the road's blood pulse as one.
We, women with hearts as pure and dazzling as jade,
Stretch in a silhouette along the ridge of Beauty Mountain.

1968
tr. Lady Borton

Núi Ngọc Mỹ Nhân—Jade Beauty Mountain (also known as Núi Cánh Diều—Kite Wings Mountain) is in Ninh Bình Province in northern Việt Nam's Red River Delta. Route 1, the major north-south road, runs nearby and served as part of the supply route during the U.S.-Việt Nam War. The United States regularly bombed Route 1.

HƯƠNG NGHIÊM

KHÔNG BIẾT

Nghĩ về
Vô cùng vũ trụ
Em bất giác
Thấy mặt trời nhỏ bé
Nghĩ về
Vô cùng yêu thương
Em nhận biết
Em với anh là hữu hạn
Thay vì buông rơi bản ngã
Em mải miết
Giặt chiếc cổ áo
Thật sạch cho anh
Để làm gì
Không biết.

1991

HUONG NGHIEM (HƯƠNG NGHIÊM)

I DON'T KNOW

Thinking of
The endless Universe,
I am suddenly aware:
The sun is very small.
Thinking of
Endless love,
I realize:
I am limited by you.
Instead of letting my own ego expand,
I am absorbed
In scrubbing
Your shirt collar clean.
But to what end
I don't know.

1991
tr. Nguyễn Quang Thiều and Lady Borton

ĐOÀN THỊ TẢO

CHO MỘT NGÀY SINH

Tặng chị Đoàn Lê

Thế là chị ơi!
Rụng bông gạo đỏ
Ô hay, trời không nín gió!
Cho ngày chị sinh

Ngày chị sinh trời cho làm thơ,
Cho nết buồn vui bốn mùa trăn trở,
Cho làm một câu hát cổ,
Để người lí lơi.

Vấn vương với sợi tơ trời!
Tình riêng bỏ chợ tình người đa đoan.

1960

DOAN THI TAO (ĐOÀN THỊ TẢO)

ON YOUR BIRTHDAY

For my sister, Đoàn Lê

So, it's this, sister!
The red kapok flowers have fallen,
Hey! The sky never restrains the wind
On the day of your birth!

The day you were born, Heaven created poetry,
So that sorrow and joy could entwine forever,
So lines of traditional songs could be crafted
For the people to chant.

You are enwrapped by Heaven's silken thread!
You neglect yourself to help those in difficulty.

1960
tr. Xuân Oanh and Lady Borton

Đoàn Lê is a famous writer, a poet, and also a painter.

HƠ VÊ

HÒN NGỌC CỦA MẶT TRỜI

Cách đó 15 cái rẫy,
Mẹ sinh ra em,
Như bông hoa Pa Neng miền tây,
Mẹ nựng em trong chăn thêu,
Mẹ thương em bằng câu hát ka-lêu.

Ông mặt trời ngồi trên đỉnh núi Ngọc Linh,
Lũ quỷ xô nhau chạy trốn,
Ông mặt trời từ lòng biển nhô lên,
Thiêu cháy cả loài cá sấu hung dữ,
Em biến thành con chim đẹp,
Ngồi trên tia nắng mặt trời.

Em thành hoa núi, hoa rừng,
Thành cây đàn tre, đàn trúc,
Lượn hót như loài chim Vơ Linh,
Thành cô giáo nhỏ xinh,
Gẩy lên nốt nhạc,
Cho em nhỏ tiếng hát tiếng cười.

Người già gọi tên em:
"Hòn ngọc của ông mặt trời Bác Hồ"
Lòng em như có nhiều tiếng chim hót,
Luôn nhìn phía mặt trời mọc,
Nơi em học Hà Nội,
Gần mặt trời Bác Hồ.

04.1985

HO VE (HƠ VÊ)

THE SUN'S PEARL

Fifteen years ago
Your mother gave birth to you,
You were like an areca flower from the western hills.
She soothed you in an embroidered blanket
And cherished you by singing ethnic folk songs.

The sun high on Ngọc Linh Mountain
Sent the devils running and shoving in flight;
The sun rising from beneath the sea
Burned up the fierce crocodiles.
You turned into a beautiful bird
Sitting on a sunbeam.

You became a mountain bloom, a jungle blossom,
A bamboo tree to craft a musical instrument,
Always singing like a golden-eyed blackbird.
You became a small, lovely teacher,
Plucking musical notes
So young children could laugh and sing.

The elders called you
"The Pearl of Uncle Hồ Sun."
Your heart seemed to contain singing birds
Always looking toward the rising sun,
Toward where you studied in Hà Nội
Near Uncle Hồ Sun.

> *April 1985*
> *tr. Xuân Oanh and Lady Borton*

Uncle Hồ Sun is Hồ Chí Minh (1890–1969), founder of the modern Vietnamese state.

PHI TUYẾT BA

TRĂNG KHUYẾT

Anh ngỏ lời yêu em
vào một đêm trăng khuyết
bởi tình yêu tha thiết
biết tròn trước đêm rằm

Em vui lúc trăng tròn
chạnh lòng khi trăng khuyết
anh ơi anh có biết
trăng hay tình lứa đôi. . .

Sao anh lại ngỏ lời
vào một đêm trăng khuyết
để bây giờ thầm tiếc
một vầng trăng không tròn. . .

1980

PHI TUYET BA (PHI TUYẾT BA)

WANING MOON

You said you loved me
One night with a waning moon,
But then eager love
Sought the full moon.

I'm happy when the moon is full
And wistful when it wanes.
Oh, beloved, don't you know,
The moon senses a couple's love—

Why did you express your love
Again on a night with a waning moon
So that now I am secretly sad
Because the moon is not full?

1980
tr. Xuân Oanh and Lady Borton

DƯ THỊ HOÀN

ĐI LỄ CHÙA

Năm người đàn bà cùng ngồi trên xe ngựa
Tay khư khư ôm đầy vật tế lễ

Người thứ nhất thở dài:
- Tội nghiệp nhất người đàn bà không chồng
Người thứ hai chép miệng:
- Vô phúc nhất người đàn bà không con
Người thứ ba cười buông:
- Bất hạnh nhất người đàn bà không khóc nổi trước mặt chồng
Người thứ tư điềm đạm:
- Tuyệt vọng nhất người đàn bà không cười được khi thấy con
Người thứ năm:
- Mô phật!

Lão xà ích giật dây cương
Roi quất
Tung bụi đường.

1987

DU THI HOAN (DU THỊ HOÀN)

GOING TO THE PAGODA

Five women sit together in a carriage
Holding their offerings tight in their hands.

The first woman sighs:
"How sad the woman who has no husband."
The second smacks her lips:
"How unfortunate the woman who has no child."
The third releases a smile:
"How unlucky the woman who can't cry in front of her husband."
The fourth is placid:
"How hopeless the woman who can't smile when she sees her child."
The fifth:
"To the Buddha within you!"

The old driver yanks the reins
Lashes his whip
Stirs up the dust on the road.

1987
tr. Thúy Đinh and Martha Collins

This apparently simple poem contains many references to Buddhism. The old driver is aware-
ness and mindfulness. He yanks the reins, thereby controlling the horse. The horse is a Bud-
dhist metaphor for the unbridled mind that runs away like a wild horse. Awareness and mind-
fulness return the mind to what is transpiring within the spirit and function like the whip
stirring up dust on the road. Dust is a common Buddhist metaphor for suffering due to unre-
solved concerns, while the road refers to one's journey through life.

NGUYỄN THỊ HỒNG

GỌI THU

Làm sao tìm lại mùa thu dịu dàng
Ngày em còn nhỏ gót trần lang thang
Bầu trời thì xanh chuồn chuồn thì đỏ
Lúa vàng dệt lụa giăng trên đồng làng

Làm sao tìm lại mùa thu dịu dàng
Tóc em mềm quá gió đùa miên man
Nước suối thì trong viên cuội thì trắng
Em mang tình anh một thời say đắm

Làm sao tìm lại mùa thu dịu dàng
Sao Hôm thì buồn sao Mai thì sáng
Nước suối thì trong viên cuội thì trắng
Em như cô Tấm trong tình anh mang

Làm sao tìm lại mùa thu dịu dàng
Người em yêu ơi bao mùa thu sang
Biết anh còn nhớ mùa thu đầu ấy
Anh đưa em qua suối nguồn xiết chảy

Em như viên cuội rơi rồi dưới đáy
Anh về bến cũ vớt mùa thu lên.

Hà Nội, Thu 1990

NGUYEN THI HONG (NGUYỄN THỊ HỒNG)

CALLING AUTUMN

How can I find again that tender autumn?
I was still small and wandering,
The sky was so blue with dragonflies in dashes of red,
The rice was gold like woven silk spread over the paddies.

How can I find again that tender autumn?
My hair was so soft, the wind lifting its strands,
The clear stream rippled over the white pebbles,
I brought you love in a burst of passion.

How can I find again that tender autumn?
The evening star was dim, the morning star bright,
The clear stream rippled over the white pebbles,
I was like Tấm amid the love you brought.

How can I find again that tender autumn?
Oh, my beloved, so many seasons have passed,
I wonder if you remember that first autumn
You led me through the brook's rapids.

I was like a pebble sinking to the bottom of a river.
At the old wharf, you drew that autumn up from the depths.

Hà Nội, Autumn 1990
tr. Xuân Oanh and Lady Borton

The "Legend of Tấm" is similar to "Cinderella." With Buddha's help, Tấm receives beautiful clothes and marries the king but is killed and returns as a bird, a tree, and then as a poor street vendor selling tea. The king discovers Tấm after recognizing a betel-nut quid she had fashioned into phoenix wings.

LÂM THỊ MỸ DẠ

TÔI VỀ VỚI TÔI

Thả trăng cho rằm
thả mây cho gió
thả xanh cho cỏ
tôi về với tôi

thả người thục nữ
hồn nhiên nói cười
thả người tục lụy
danh vọng đua đòi
thả hết thả hết
tôi về với tôi

thả thời thiếu nữ
khuất vào xa xăm
thả chùm tóc bạc
trắng cả ngàn năm

Ai đem nụ cười
chạm vào nước mắt
niềm vui có màu
nỗi buồn trong vắt
tôi về với tôi

thơ như máu thắm
tan vào hư vô
đời bao phúc họa
gieo, gặt bất ngờ

LAM THI MY DA (LÂM THỊ MỸ DẠ)

I RETURN TO MYSELF

Free the moon for its fullness,
Free the clouds for the wind,
Free the color green for the grass.
I return to myself.

Free the gentle girls
To be unaffected;
Free people from suffering,
From competing for fame,
Free them all, free them all.
I return to myself.

Free teenage girls
From hiding far away,
Free gray hair
To be white forever.

Everyone carries a smile
To chase away tears.
Joy has colors,
Sorrow is transparent.
I return to myself.

Poetry is the scarlet of blood
Seeping into a void.
Life has untold blessings and disasters;
We sow, then unexpectedly reap.

mỏi không thể nghỉ
đau không còn kêu
người im như bóng
tôi về với tôi

may có đứa bé
còn ở trong hồn
cái nhìn xanh biếc
lung linh cội nguồn
trái tim thơ dại
tôi về với tôi.

Huế, 18.08.2004

The weary can never rest,
The pained can no longer cry,
The silent ones are like shadows.
I return to myself.

Luckily a small child
Remains inside the soul,
Her gaze fresh,
Shimmering at the roots,
Her heart still naive.
I return to myself.

Huế, 18 August 2004
tr. Xuân Oanh and Lady Borton

LÊ THỊ MÂY

CÁT LÀNG TÔI

Qua đèo trắng chín tầng mây
Nôn nao nhớ biển sóng đầy bước đi
Sờ vào túi áo tìm chi
Bỗng li ti cát, li ti tỏa ngời

Cát vàng rơi, cát vàng rơi
Hạt theo hạt chảy mặt trời trên tay
Bao nhiêu ánh biển về đây
Cát vàng đọng sắc tháng ngày ra khơi

Cát vàng rơi, cát vàng rơi
Sau cơn mưa ngọt càng ngời nắng mai
Biển quê cát rộng bờ dài
Càng cao ngọn sóng càng lai láng vàng

Đêm sâu cát trắng mênh mang
Bóng ta lồng biếc bóng hàng dương xanh
Đường làng như cát long lanh
Dấu chân em có trăng lành ươm theo

Gió tung cồn cát gầm reo
Muôn li ti hạt ngang đèo dựng cao
Đánh xong trận giặc hôm nào
Ta về thả hạt cát vào giữa khơi.

1972

LE THI MAY (LÊ THỊ MÂY)

THE SAND IN MY VILLAGE

Crossing the pass banked by layers of clouds,
I felt uneasy, recalling the confused sea in our path.
I felt in the pocket of my blouse, searching for something—
Suddenly there were tiny grains of sand, small and resplendent.

Golden sand, golden sand falling,
Grains spilling like sunlight in my hands,
Like the many rays of light reflected from the sea,
Golden sand with speckled colors from eons in the deep.

Golden sand, falling golden sand;
After a sweet rain, the sun is more radiant.
The sand from my seashore home stretches far,
The higher the waves, the greater our flowing gold.

At night, the sand is a vast white,
The willows' shadows frame my own.
Our village road is like glimmering sand,
The reassuring moon follows my every footstep.

The wind tosses the dunes into roaring
Grains of sand that coalesce into high passes.
Whenever we finish this battle with the invaders,
I'll go home and give the grains of sand back to the sea.

1972
tr. Lady Borton

NGUYỄN THỊ HỒNG NGÁT

CON BỒ CÂU CỦA EM

Người đàn bà ngồi trong vườn hoa
Tung những mẩu bánh mì
Đàn bồ câu no nê mổ. . .

Người đàn bà ấy đi rồi
Một người khác lại đến
Ngồi vào chỗ của bà
Những mẩu vụn bánh mì lại được tung ra
Đàn bồ câu lại no nê mổ. . .

Xa anh rồi. Anh yêu ơi!
Em sợ cái người đàn bà thứ hai kia
Đến ngồi vào chỗ người đàn bà thứ nhất
Nếu anh cũng như những chú bồ câu
Anh sẽ chẳng nhớ em đâu
Dù bánh mì của em có vị cay của gừng vị mặn của muối
Có nước mắt của cách xa
Có thao thức của nhọc nhằn mỗi tối
Viết những lời yêu gửi gió bay đi.

Ôi những mẩu bánh mì
Mong anh, anh yêu ơi đừng bao giờ đến nhặt.

1985

NGUYEN THI HONG NGAT (NGUYỄN THỊ HỒNG NGÁT)

MY DOVE

The woman sat in the park of flowers
Tossing out snippets of bread.
The doves ate their fill.

That woman went away.
Another came
And sat in her place,
Once again tossing out snippets of bread.
Once again, the doves ate their fill.

I'm so far from you, my beloved!
I'm afraid of that second woman
Who comes to sit in the first woman's place.
If you are like the doves
You will not remember me
Even though my bread has the heat of ginger, the bite of salt,
Has the tears of separation,
Has the tiresome restlessness of writing
Nightly words of love for the wind to lift away.

Oh, those snippets of bread—
I hope, my beloved, you will never pick them up.

1985
tr. Nguyễn Quang Thiều and Lady Borton

LÊ THỊ KIM

TÔI VÀ CỎ

Bấy giờ chưa có tôi
đã có nhiều thảm cỏ
Không biết những ai đã đến ngồi
trên tấm thảm trời êm mát đó

Trong tiếng khóc chào đời của tôi
có mùi thơm cỏ mật
trong tiếng cười thứ nhất
có hương vị cỏ gừng
lần đầu xòe đôi mắt
gặp cỏ gà rưng rưng
rồi khi tôi đi học
cỏ trong trang sách dày
Khi mái tóc tôi lần đầu biết bay
nhiều loài cỏ đều hóa thành con gái
trong mối tình tôi lần đầu vụng dại
có hương cỏ mặt trời

Cỏ và tôi
Cứ đan vào nhau như tổ chim
Khi tôi ngủ, cỏ đi tìm
Khi tôi ăn, cỏ chờ ngoài cổng
cỏ gấu suốt đời lêu lổng
cỏ gà không biết gáy bao giờ
cỏ mật hay nằm mơ
để mùi hương thao thức
Để tôi theo cỏ vực
đi tìm dấu chân trâu
Đi tìm một thời xa xưa cây lúa ở đâu?

LE THỊ KIM (LÊ THỊ KIM)

GRASS AND I

Before my time
There were carpets of grass.
I do not know those
Who sat upon them.

At the moment of my first cry
Honey grass released its scent.
At my first smile
I tasted the ginger grass.
When I first sensed life
I shed defeated tears of chicken grass.
At school
I pressed grass between the pages of my books.
When my hair first began to fly,
These many kinds of grass turned into a young girl,
Her first clumsy romance
Enveloped by the fragrance of sun grass.

Grass and I
Mix together like birds' nests.
While I sleep, grass looks for me;
While I eat, grass waits for me.
Bear grass is lazy,
Chicken grass never knows how to crow,
Honey grass often dreams,
Aroused by its own aroma.
Let me follow the runner grass,
Searching for the buffalo's footprints,
Searching for the rice of my ancestors.

lúa cũng là loài cỏ
ông bà đem về nhà
tôi thương mẹ thương cha
còng lưng ngoài đồng nhặt cỏ

Hỡi cỏ năn cỏ lác
Sao mày không mọc ở chân đê
sao không như cỏ chỉ
suốt đời sống ở nhà quê
sao không như cỏ chân vịt
cho bà làm vị thuốc Nam

Sao tôi không làm cỏ may
để giữ người yêu lại?
đường về còn xa ngái
e cỏ nứa đâm chân

Nếu có ai bắt gặp tôi tần ngần
Là thế nào cũng tìm ra cỏ.

1978

Rice, too, is a kind of grass
Brought home by my grandparents.
How precious my mother and father
Bending over to weed the fields.

Oh, rice-killing grass,
Why don't you grow at the foot of the dike?
Why aren't you as thin as thread grass?
You spend your life in the countryside,
Why not as duck-feet grass
Prepared for Grandmother's medicinal herbs?

Why am I not lucky grass
So I can keep my beloved from leaving?
His home is so far, far away,
His feet are still at risk from needle grass.

Whoever catches my reverie
Will surely sense the grass within me.

1978
tr. Tôn Thị Thu Nguyệt and Brenda Paik Sunoo

HÀ PHƯƠNG

BỮA CƠM VEN SUỐI

Tiểu đội mười hai người
bốn "gô" cơm nguội
một gói ruốc khô
một nắm rau rừng
phút dừng chân lưng đèo ven suối
bếp lửa reo giục tiếng canh sôi...

Không có bàn ăn
người đứng người ngồi
dốc đứng đèo cao thường mau đói
mâm nhỏ bằng lá rừng trải vội
miếng cơm khô
lúc đói vẫn ngon

Bát đũa va nhau trong tiếng cười giòn
"gô" cơm nguội vơi dần chốc lát
"Muối còn đây, không nên ăn nhạt..."
và tiếng cười
tiếng cười vang sâu

Bữa đơn sơ vui đến lạ lùng
vắng cha mẹ
có tình đồng chí
Đường Trường Sơn những ngày đánh Mỹ
ăn cơm giữa rừng ngon đến là ngon.

1971

HA PHUONG (HÀ PHƯƠNG)

A MEAL BY A STREAM

A platoon of twelve
Four mess kits of cold rice
A packet of jerky
Wild vegetables from the forest
A minute to rest by a stream.
The fire hisses as if urging the soup to boil—

With no dining table,
Some stand, some sit.
The steep mountain pass has quickened our hunger,
We hastily spread a leaf to make a small tray;
A mouthful of dry rice
When you're hungry is delectable.

Jokes, teasing, the crisp sound of laughter,
A mess kit of cold rice, a few minutes' pause.
"There's still salt. The rice is tasty—"
The sound of laughter
The sound of laughter spreads.

Our unit's meal is strangely joyful:
We're far from our parents
But share the love of comrades.
On the Trail these days as we fight the Americans,
Our forest meals are delicious feasts.

> *1971*
> *tr. Lady Borton*

PHẠM HỒ THU

MỘT KHÚC RU CON

Trên bàn viết của mẹ, con bày ngổn ngang nào thước, nào bảng, nào con ốc biển, lẵng hoa bé xíu, cùng cả mẩu bút chì xinh xinh con vừa đánh gẫy.

Trên giường ngủ của mẹ, con cùng lũ trẻ nhỏ chơi trò ú tim - khi con làm cô giáo dịu hiền, khi con làm bác sĩ. Con cũng bày ra ở đó nào khăn, nào áo, nào chiếc cặp sách, ống nghe hay một chú búp bê cụt chân đang được cứu chữa.

Có những lúc mẹ giận hờn vô lối với trò chơi con trẻ, mẹ muốn con thật ngăn nắp, dịu dàng. Và đôi lúc mẹ chợt buồn - sợ con gái mẹ ngày mai trở thành kẻ đâm tuông bỏ vãi.

Nhưng con ơi, những ngày xa con mẹ bỗng nhớ gương mặt con với những trò chơi con diễn ra hàng ngày không bao giờ biết chán - Mẹ nhớ cái bàn viết của mẹ có vết mực con vừa đánh đổ, chiếc váy búp bê hay con ốc biển. Chiếc giường của mẹ sao mà ngổn ngang những đồ vật con bày. . .

Và khi ấy mẹ bỗng rơi nước mắt mà ước ao rằng con hãy đừng mang theo ký ức kỷ niệm một lần mẹ đánh đòn con về tội bày bừa.

Ôi, giá như không có cái thế giới trẻ thơ kia của con, làm sao mẹ biết mẹ yêu con và nhớ con thế nào. Mẹ đã vun đắp từ con lòng kiên nhẫn sắp xếp lại ngôi nhà với ý nghĩ: ngôi nhà này sẽ ở tận đâu đâu nếu không có tiếng ríu ran của con, cùng những chú búp bê, lẵng hoa bé xíu và mẩu bút chì xinh xinh con vừa đánh gẫy. . .

2000

PHAM HO THU (PHẠM HỒ THU)

LULLING MY CHILD TO SLEEP

You reorganized my desk into complete confusion—your ruler, small blackboard, seashell, tiny basket of flowers, even the favorite pencil, which you had snapped into shards.

You and your little friends played hide-and-seek around my bed, sometimes pretending to be a gentle schoolteacher, sometimes a doctor. You scattered your scarf and blouse among a schoolbag, a toy stethoscope, and a legless doll undergoing treatment.

At times I resent your childish toys and want you to be utterly tidy and compliant. And then at times I worry—I fear you'll become a woman living a scattered life.

But, my child, when I'm away, I suddenly remember your face and the games you play every day without ever growing bored. I think of my desk with the ink stains you've made and how you placed your doll's skirt or the seashell and how you left my bed in disorder with all the objects you'd carefully arranged there—

And then suddenly I begin to weep, hoping you won't remember the time I struck you for making a mess.

Oh, suppose there were no child's world for you, then how would I know how much I love and miss you? Until now, I've been trying to teach you to be neat and orderly, but I know our household needs your chatter with your dolls, the tiny flowers, and even the favorite pencil, which you had snapped into shards—

2000
tr. Xuân Oanh and Lady Borton

SONG HẢO

BÊN CỬA SỔ

Cao cao bên cửa sổ
có hai người hôn nhau
hai người rất trẻ
hãy im nghe
rì rầm đường phố
bên cửa sổ
  có hai người
    hôn nhau
Đêm chín rồi
rất khẽ
trăng ơi ghen nhé
có hai người
  yêu nhau
Hoa dạ lý
dâng hương
đêm nay
hoa tinh tường hơn cả
nhớ nghe hoa
mùi hương thật khẽ
Mặt trận đêm nay
bình yên
anh lính về thăm phố phường
cô gái vừa tan ca
hai người đến với hoa
hôn nhau
bên cửa
có bao người
  đang yêu
    hoa nhé
      đêm nay?

1983

SONG HAO (SONG HẢO)

AT THE WINDOW

Look! At the window
two lovers kissing,
young and oblivious
to the muffled sounds
of the street below.
At the window
      two lovers
          kissing.
The evening is ripe,
softened by silence.
Oh, peeping moon, how jealous
you are of a couple
      in love.
And you, night jasmine,
how pervasive your scent.
Tonight,
you are clearest of all,
remembering to reserve the flower,
keeping your fragrance discreet.
The battle tonight
is quiet:
A soldier has slipped away to the city,
a girl has finished her shift,
both drawn to the flowers
for a rendezvous and a kiss
at the window.
Are there others
    seduced by
          fragrance
            tonight?

1983
tr. Tôn Thị Thu Nguyệt and Brenda Paik Sunoo

ĐỖ BẠCH MAI

NĂM BÔNG HỒNG TRẮNG

Nói chuyện nho nhỏ
Bên bông hồng đỏ
Bên bông hồng xanh…

Trò chuyện với anh
Năm bông hồng trắng
Này bông xa vắng
Này bông nhớ thương
Bông này giận hờn
Bông này chờ đợi…

Còn một bông cuối?

Còn bông cuối cùng
Em không dám nói
Còn bông cuối cùng
Anh không dám hỏi.

Còn một bông cuối
Dịu dàng tỏa hương…

1984

DO BACH MAI (ĐỖ BẠCH MAI)

FIVE WHITE ROSES

Whispering together
Near the red rose
Near the blue rose—

Talking with you, dear,
Five white roses:
Here a flower for distance
Here a flower for longing
A flower here for sulking
A flower here for waiting—

The one flower left?

The last flower
I don't dare say,
The last flower
You don't dare ask.

The one flower left
Has a subtle fragrance—

1984
tr. Xuân Oanh and Lady Borton

LÊ HOÀNG ANH

TIẾNG LỤC LẠC KHUYA

Khuya thật khuya - tiếng lục lạc cứ ngân leng keng trên phố vắng - ngân nga từng khe cửa - thương người xà ích quá - thương cả ngựa gầy mơ ngủ cõng trên lưng nặng trĩu cúc vàng.

Cúc mùa thu thơm ngát lẫn vào sương - thơm thảo một góc không gian - nỗi buồn dâng lan tràn - hương thu lung linh thu - mắt ai nhìn thăm thẳm xa mù.

Trong góc nhà - nhạc lịm tắt từ lâu - tiếng lục lạc làm ta chợt tỉnh - tiếng lục lạc dần xa - phố vắng hay lòng ta vang vọng tuổi thơ trên con đường cát bỏng - tựa vai cha về một miền biển sóng - đường lắc lư dưới nắng - ngựa gầy nhìn ta.

Ta bỗng khóc vì sao không biết nữa tiếng lục lạc đánh thức nỗi buồn? Niềm vui? Mất mát nhạt nhòa - đôi mắt ngựa gầy ươn ướt nhìn ta trong đêm tối - dịu hiền, cầu khẩn thiết tha - tuổi thơ ta ở một miền biển sóng - bước chân ngựa trên đường quê khấp khểnh - đừng quên nhé tuổi thơ - thời gian gọi từ đáy đêm sâu thẳm.

Tiếng lục lạc dần xa. . .

1991

LE HOANG ANH (LÊ HOÀNG ANH)

HARNESS BELLS LATE AT NIGHT

Late, very late in the night, the tiny bells ringing in the deserted street, tinkling at every door—I so pitied the driver, and the thin horse carting its load of yellow chrysanthemums.

Autumn chrysanthemums mingling with fog, generously perfuming dark corners, fragrance glistening with autumn, spreading melancholy—eyes turning to the far distance.

In a corner of the house—the music died out long ago—the ring of the harness bells suddenly woke me, then gradually dwindled, the street deserted—or else it was my heart echoing its childhood on the scorched sandy road, leaning on Daddy's shoulder toward the breaking waves, the road swaying under sunlight, the thin horse staring at me.

Suddenly I cried without knowing why—did the bells awaken sadness or joy? Loss ebbed, the thin horse, the wet-eyed horse looked at me in the dark—gentle, pleading—my childhood by the sea, the horse stepping onto the bumpy country road. Don't forget your childhood, Time called from the deep bottom of the night.

Little by little the sound of harness bells faded—

1991
tr. Xuân Oanh and Rose Moxham

PHẠM THỊ NGỌC LIÊN

KÝ ỨC PHỐ

Trong giấc mộng hoa sữa thơm ngát
em nhớ anh Hà Nội ơi
những trái táo đỏ môi trên tay em cầm ngày nọ
đang chớp mắt ở Sài Gòn

Em nhớ anh không gian sương
lạnh cóng đôi bàn tay nhỏ
có ngọn lửa nào để hơ mối tình đang rét
có giọt rượu nào làm mềm lòng
cho em khóc giữa mùa trăng

Trong giấc mộng đôi môi ấm mềm phủ mặt
nhớ quá những chiếc hôn Hà Nội ơi
em cựa quậy trong đêm Sài Gòn không anh
tất cả đều không có

Em nhớ anh những hàng cây trên phố
lòa xòa mái tóc ngắn khanh khách giọng cười
anh Hà Nội bì bõm lội nước
em Sài Gòn váy xòe bay tung
nhớ quá ánh mắt lườm nguýt
phố nhỏ bát phở nóng
và đôi mắt anh
ôi đôi mắt anh đã thiêu em cháy

Phố ơi em nhớ anh
ký ức chơi trò đèn lồng bông giấy
và cây nến cuối cùng trong tay em
ngoằn ngoèo vẽ tên Hà Nội
tháng Mười. . .

2000

PHAM THI NGOC LIEN (PHẠM THỊ NGỌC LIÊN)

STREET MEMORY

In my dream, the milk flowers were fragrant,
Oh, how I miss you in Hà Nội.
The red apples that were like lips in my hands that day
Make my eyes blink now in Sài Gòn.

I miss you in the mist,
The cold numbing my small hands.
Is there a flame to warm a chilled love?
Is there a drop of wine to soften the heart
So I can weep during the moon's mid-cycle?

In my dream, a pair of warm, soft lips caressed my face,
How much I miss your kisses in Hà Nội.
Without you, I toss and turn in the Sài Gòn night,
Everything is nothing.

I miss you and the rows of trees lining the streets,
Your short hair flying, your rippling laughter.
You're in Hà Nội, splashing through the water,
I'm in Sài Gòn, my skirt fluttering in the breeze.
I miss you and your scowling eyes,
Miss the small street and a bowl of hot noodle soup,
Miss your eyes,
Those eyes that burned me to ashes.

How I miss you,
The street memory of parading with toy lanterns, paper flowers,
And the last candle in my hands,
Zigzagging as we drew the name of Hà Nội
That October—

> *2000*
> *tr. Xuân Oanh and Lady Borton*

ĐOÀN THỊ LAM LUYẾN

CHỒNG CHỊ, CHỒNG EM

Xưa thì chị, nay thì em
Phải duyên chồng, vợ, nối thêm tơ hồng.

Được lúa, lúa đã gặt bông
Được cải, cải đã chặt ngồng muối dưa
Mặn mà cũng khác ngày xưa
Bâng khuâng như chửa bao giờ bén duyên.

Gần được ấm, xa được êm
Biết thì ruộng hóa cũng nên mùa màng
Cái giần vục phải cái sàng
Xui cho hai đứa nhỡ nhàng gặp nhau.

Lá bùa từ thuở Mỵ Châu
Lá bài Trọng Thủy còn đau đến giờ
Tình yêu một mất mười ngờ
Khiến cho biển cứ khuất bờ trong nhau.

Cái phận trước, cái duyên sau
Nào ai tính được dài lâu với trời?
Khi vui muốn có một người
Khi buồn muốn cả đất trời hòa chung.

Đã từ hai mảnh tay không
Kể chi mẹ ghẻ, con chung, chồng người?
Dở dang suốt nửa cuộc đời
Bỗng dưng hiện một mặt trời trong nhau.

Chị thản nhiên mối tình đầu
Thản nhiên em nhận bã trầu về têm.

01.1990

DOAN THI LAM LUYEN (ĐOÀN THỊ LAM LUYẾN)

HER HUSBAND, MY HUSBAND

Before, you were hers, now you're mine.
Marriage will succeed if the union is predestined.

I have rice, though it was harvested in full bloom;
I have greens, though they were chopped for pickles.
Although alluring, both were fresher in the past:
That's a sorrow, like never reaping predestined love.

Now, there's warmth nearby and tranquillity in distance,
Dormant paddies should also have a harvest season.
The sieve and scoop must unite into one winnowing basket,
Bringing two thwarted lovers together.

The claw charm Trọng Thủy stole in a plot
Brought him and Mỵ Châu to their painful end.
Love with its singular loss and many suspicions
Causes the sea to hide from the shores within us.

First comes destiny and later a fated love—
Who can calculate which will last with Heaven?
When happy, we want one person,
When sad, we want all Heaven and Earth.

I have come to you with only my bare hands,
Can I forget I'am a stepmother, our child, you as her husband?
I've been incomplete for half my life,
Suddenly now you and I have this rare sun between us.

She was unruffled when her first love ended,
I calmly take her discarded betel and make a quid.

January 1990
tr. Lady Borton

Chinese Prince Trọng Thủy married Vietnamese Princess Mỵ Châu and stole her father's magic claw, which the Chinese used to defeat the Vietnamese. Mỵ Châu left a trail of feathers; the Chinese followed. Assuming betrayal, the king killed his daughter and himself. Trọng Thủy found his beloved's corpse and drowned himself.

HOÀNG VIỆT HẰNG

MỘT MÌNH KHÂU NHỮNG LẶNG IM

Một mình khâu những lặng im
Áo không vá cũng không kim chỉ điều
Em khâu lá rụng như thêu
Khâu cay đắng với trớ trêu mỉm cười
Em khâu tóc trắng thay lời
Mỗi khi cúi xuống rã rời nỗi đau
Con chồng, vợ cũ, đồng sâu
Lấy chồng lấy cả nỗi đau của chồng
Văn chương bảy sắc cầu vồng
Chuyện tình anh cũ em không biết gì
Một mai cơn gió se se
Buông xuôi anh nỡ vội về chốn quê
Thấy đông con cháu bạn bè
Mà em đơn lẻ, mà em thu vàng
Buông xuôi anh có mơ màng
Mà trăng gió với vỡ vàng đất đai
Buông anh em đọc ban mai
Tung vần thơ với vắt vai chuyện đời
Một mai góc biển chân trời
Viết nuôi con lớn nên người mới xong
Một mai trăng sáng thong dong
Mình em khâu những mùa đông đời mình.

09.2003

HOANG VIET HANG (HOÀNG VIỆT HẰNG)

ALONE, I STITCH THE SILENCES

Alone, I stitch together silences.
My blouse has no patches, needs no other sewing.
I stitch quivering leaves like embroidery;
I stitch bitterness together with the whimsy of laughter;
I stitch white hair in place of words.
Whenever I kneel, I crumble with pain from
Your children, your former wife, the flooded fields;
We married, and I married your anguish,
Literature can rescue with its rainbow colors.
Husband, I know nothing of your former loves.
One of these days a dry wind will come:
I'll let you return home to your village,
Your children, grandchildren, and friends,
While I remain alone, earning a living.
I'll let you have your dreams
While the moon and wind help me tend our fields.
I'll let you go as I read in the early morning
My verses thrown together with stories.
One of these days still a long time away,
I'll write, rear children, finish my work;
One of these days, the moon will be bright and carefree.
Alone, I stitch together my life's wintry seasons.

September 2003
tr. Lady Borton

NGHIÊM THỊ HẰNG

MÙA CAU KHÔNG HÁI

Chỉ còn những mùa hoa
Và mùa cau không hái
Chiến trường con nằm lại
Mẹ một mình đơn côi.

Cau thắm chẳng nồng vôi
Trầu xanh không ngày cưới
Người yêu xưa vẫn đợi
Mà sao con chưa về?

Hàng cau xanh trước cửa
Vẫn mùa mùa đơm hoa
Trái xanh rồi trái úa
Rụng rơi quanh sân nhà.

Lại mùa cau đơm trái
Từ ngày con đi xa
Lại mùa cau không hái
Mẹ mỗi năm mỗi già.

Chuyện mùa cau không hái
Thành chuyện làng chuyện quê
Và nỗi đau lòng mẹ
Xóm làng cùng sẻ chia.

1987

NGHIEM THI HANG (NGHIÊM THỊ HẰNG)

ARECA SEASON WITH NO HARVEST

There's only flower season,
Yet areca season has no harvest.
Son, you lie beneath the battlefield,
You have left me alone and bereaved.

The areca nuts have no lime,
The betel leaves have no wedding.
My dear son, your lover is waiting,
Why have you not come home to her?

Arecas by our door
Flower year after year;
The nuts grow but wither
And drop on our courtyard.

Areca season went awry
On the day you left home.
Year after year, no harvest;
Year after year, I grow older.

Areca season with no harvest
Is the image of our home hamlet.
The pain in this mother's heart
Is shared throughout our village.

> *1987*
> *tr. Lady Borton*

ĐINH THỊ THU VÂN

RỒI SẼ CÓ MỘT NGÀY TA NGOÁI LẠI

Rồi sẽ có một ngày ta ngoái lại
bạn bè ơi, khi ấy có còn nhau
cơn lốc đời đưa đẩy bạn về đâu
ta ngoái lại tìm nhau, e mất dấu

ta ngoái lại tìm nhau, mong ẩn náu
góc bạn bè yên ấm cảm thông ơi
ta ngoái lại rụng rời đôi cánh mỏi
góc bạn bè tin cậy, bớt chơi vơi

ta ngoái lại tìm nhau, đừng sỏi đá
đừng dập vùi chi nữa trái tim hoang
thôi đừng nhớ đừng quên đừng xa vắng
xin một lần tha thứ thuở lang thang

tha thứ nhé bạn ơi ngày cay đắng
ta quẩn quanh môi giữ xót xa mình
tha thứ nhé những niềm vui không vóc dáng
thuở đam mê bè bạn khuất xa dần. . .

rồi sẽ có một ngày, sau tháng ngày dâu bể
chúng mình cùng ngoái lại tìm nhau
ta nói yêu thương khi mắt đổi thay màu
bàn tay héo cầm lâu cho ấm mãi

trái tim héo, nụ cười xưa dẫu héo
chỉ xin đừng tàn lụi chút niềm tin
dẫu mong manh vụn vỡ chẳng nguyên lành
xin hãy có một ngày nhen nhúm lại.

1990

DINH THI THU VAN (ĐINH THỊ THU VÂN)

SOME DAY WE'LL TURN AROUND

There'll come a day when we'll turn around,
Oh, dear friends, that day we'll still have each other.
Life's winds have whirled friends off;
Fearing lost traces, we'll turn, look for each other.

We'll turn and look, hoping to hide ourselves
In a peaceful corner with sympathetic friends.
We'll turn, faint, exhausted, our wings drooping;
With trusted friends, we'll assuage our loneliness.

When we turn and find each other, don't be harsh,
Don't further mistreat part of a broken heart.
Enough! Don't miss, don't forget, don't be distant;
Please, for once forgive those years of errant wandering.

My friends, forgive the days of bitterness
When we were muddled, nurturing self-torment;
Forgive the joys we thought unworthy;
The passion for absent friends has not diminished—

A day will come when the whirling ceases,
When we'll turn around and look for each other.
We'll speak of love as our eyes change color,
As our withered hands long for more warmth.

Our hearts have weakened, as have our smiles,
Please, let us preserve our self-confidence.
Even if it's fleeting,
Please, let us rekindle at least one day.

1990
tr. Xuân Oanh and Lady Borton

TRƯƠNG THỊ KIM DUNG

YÊN TỬ

Ta lại đến cùng ai thuở trước
Đỉnh Phù Vân chợt tỏa sáng trời
Những trinh nữ áo màu tre trúc
Sóng sánh cười trong cỏ ướt chiêm bao

Rừng tùng nào từng qua kiếp bão
Người đã trần sương khói vẫn lên non
Đâu bến bờ khúc đoạn của dòng son
Con nước lớn và con nước cạn
Đời vỡ ván chiều tan thuyền nát
Trăng sa bồi phủ mát mặt mùa hoang

An Kỳ Sinh ơi linh dược đại ngàn
Có tìm thấy trong đêm chiết gió
Trầu một lá ngã nắng ngày huyền sử
Bỏ ngai vàng Vua đã đi tu.

1993

An Kỳ Sinh: Một vị tu tiên đắc đạo, chuyên tìm dược liệu ở Yên Tử để luyện đan trường sinh.

Trầu một lá: Một thảo dược quý ở Yên Tử.

Vua Trần Nhân Tông sau hai lần chiến thắng quân Nguyên Mông đã lên Yên Tử thành lập Thiền phái Trúc Lâm có ảnh hưởng lớn đến tín ngưỡng và nền văn hóa Việt Nam.

TRUONG THI KIM DUNG (TRƯƠNG THỊ KIM DUNG)

YÊN TỬ

I returned with someone from my past.
Suddenly Phù Vân Peak seemed to radiate light drawn from the sky.
Virgins wearing tunics the color of bamboo
Quivered with laughter on the damp grass, as if in a dream.

The pine forest here has withstood storms.
People live in this world; their spirits rise past the mountain peaks.
Everywhere in the world, the shore and the wharf
Face high water and low.
Boats decay, their planks splintering as the afternoon fades.
The moon spreads over alluvium sand during the dormant season.

Oh, An Kỳ Sinh, you gathered miraculous medicines in the jungle,
Finding them at night when the wind had softened;
One fabled day, a single betel leaf fell into sunlight.
Abandoning his golden throne, the king entered your monastery.

1993
tr. Xuân Oanh and Lady Borton

Yên Tử is a mountainous area northeast of Hà Nội and west of Hạ Long Bay. In 1293, King Trần Nhân Tông (life: 1258–1308; reign: 1279–1293) retired after defeating two Mongol invasions and moved to Yên Tử, where he set up the Trúc Lâm (Bamboo) Zen Buddhist sect. Phù Vân Mountain is named for the monk whom King Trần Nhân Tông asked to instruct him. According to legend, a Chinese Taoist, An Kỳ Sinh, reached Yên Tử some 2,000 years ago while looking for medicinal herbs to ensure his king's longevity. He lived there as a hermit, searching the forests for medicines. Other accounts credit An Kỳ Sinh with being the first Zen Buddhist at Yên Tử. The heart-shaped single leaf on the species of betel mentioned is used in rice whiskey as a famous medicine from Yên Tử. In general, betel is a stimulant that improves digestion and is also an antiseptic.

TRẦN THỊ KHÁNH HỘI

NGƯỜI ĐÀN BÀ MANG THAI

Chị đến với tôi
Đôi mắt như dòng sông vừa qua cơn mưa lũ
Giọng tắt nghẹn lưng chừng
Đầu nguồn ào ào thác đổ
Bộ ngực phập phồng dòng sữa
Cô cậu nào chòi đạp ở bên tôi
Ít ngày nữa thôi, bé sẽ chào đời
Tha hồ vùng vẫy tay chân và oa oa tiếng khóc
Nhưng giờ đây người mẹ ngồi khó nhọc
Cánh đồng cần khô mà dòng sông mưa lũ dâng đầy

Nỗi tức tưởi người chồng không dứt cơn say
Đứa trẻ hoài thai từ tháng ngày lam lũ
Nỗi vất vả lo toan và cái thai hành hạ
Người đàn bà như già thêm
Người đàn bà mang thai không yên
Với những người đủ no, réo gào đòi nợ
Nước mắt và khổ đau chẳng làm người ta do dự
Trước mắt người đàn bà mang thai

Chị đến với tôi
Tìm sự an ủi, chở che một niềm thông cảm
Biết nói gì khi tất cả như người bạn đồng hành khó lòng ngăn cản
Ập đến người đàn bà mang thai
Tôi bơi trong dòng sông đục ngầu mưa lũ
Đêm nay. . .

1990

TRAN THI KHANH HOI (TRẦN THỊ KHÁNH HỘI)

THE PREGNANT WOMAN

She came to me,
Her eyes like the waves of a river in flood,
Her voice choking
At its source, then gushing like a waterfall,
Her breasts throbbing with milk about to flow,
Her unborn child kicking at my side.
In a few days, birth will release
The child's hands and feet, its wails and cries,
But right now the mother sits waiting in weariness,
Like an arid field as the rising flood approaches its limit.

Angry at her husband, who won't stop drinking,
She's been pregnant throughout a season of hard labor.
Fears about her ill-treated baby
Have aged her,
Have left her fearful
Of the wealthy screaming for the money owed them,
Unmoved by the pain of a worried
Woman who is pregnant.

She came to me,
Seeking consolation, protection, sympathy.
What could I say when we can't stop the inevitable?
The time is soon for this pregnant woman.
I swim through waves of silt from the flood,
Tonight—

1990
tr. Xuân Oanh and Lady Borton

TUYẾT NGA

HOA TẦM XUÂN

> *Bước xuống vườn cà hái nụ tầm xuân*
> (Ca dao)

Rặng tầm xuân lặng lẽ tự bao giờ
xanh đơn giản và cũ càng
như đất
ta chợt nhận ra hoa hay hoa đã nhặt ta về trong một chiều xanh ngắt?
hay ta già nua?

Hãy nói với ta hương bưởi thơm ra sao ngày Mẹ mười tám tuổi
Mười tám tuổi tóc dài vai nhỏ mắt huyền trong. . .
chân trời đã ra sao những sáng xuân mưa bụi
Mẹ từng đứng nơi nào để dõi cánh buồm trôi?

Và Mẹ đã giấu hoa cùng với giọt nước mắt ở đâu
để nuôi ta khôn lớn?
ta, vị hoàng đế lên ba trong vương quốc riêng Cuộc-Đời-Của-Mẹ
nhưng Mẹ đã vĩnh biệt ta vào một sáng trong đời
ta thành kẻ hành khất không nước mắt.

Nụ tầm xuân xanh biếc
xin hãy kể cho ta về những tháng năm dài
bếp lửa Mẹ nhen hồng sau cánh cửa
nơi Cha về sau mỗi chuyến đi xa
nơi cơn bão tháng Ba ngọn gió Lào tháng Bảy
cuốn tơi bời lòng Mẹ những hoàng hôn.

TUYET NGA (TUYẾT NGA)

THE SWEETBRIAR ROSE

Step into the eggplant garden, harvest some sweetbriar roses.
—From a Vietnamese folk poem

For a long time, it's been silent near the row of sweetbriar roses.
They are a simple green and old
Like the earth.
I suddenly noticed the flowers, or did the flowers catch me
      in a fresh moment?
Or have I become old?

Tell me about the grapefruit's fragrance when my mother was eighteen,
A fresh eighteen with long hair, small shoulders, clear black eyes.
What did the horizon look like those mornings of spring drizzle
When my mother stood here, there, watching sails drift away?

Where did my mother hide these flowers and her tears so
      she could raise me,
Me, the three-year-old empress ruling my own kingdom of
      my mother's life?
One morning, she passed away forever,
Leaving me a beggar without tears.

Oh, jade-green sweetbriar buds,
Please tell me about the long months and years
My mother kindled her cooking fire in the kitchen,
Where my father would return after his trips away,
Where the storms of March and the hot Lao winds of July
Would spin my mother's heart at twilight into disarray.

Nụ tầm xuân. . .
"Nụ tầm xuân nở ra xanh biếc"
Mẹ từng hát ru ta lời Ngoại hát thuở nào
ta làm mẹ
và một chiều mây trắng
chợt thấy tầm xuân xanh biếc trước hiên.

1995

Oh, sweetbriar buds,
"Sweetbriar buds opening into jade green"—
My mother sang the lullaby my Grandmother had sung for her.
Now, we are all mothers.
One afternoon with white clouds,
I suddenly noticed the jade-green sweetbriar in front of the verandah.

1995
tr. Xuân Oanh and Lady Borton

GIÁNG VÂN

CHẾT TỪNG NGÀY MỘT

Chết từng ngày một
Ngay cả khi còn sống, thở, ngủ và đi lại
Ngay cả khi ngọ nguậy muốn làm một điều gì đó

Mỗi sớm mai thức dậy
Máu cạn đi một ít
Như con sông chết dần cạn trơ đá sỏi
Đến độ ta quên mất mình có một dòng máu

Chết từng ngày một
Ta mất đâu rồi đôi cánh tâm hồn
Giật mình
Loài bò sát khi xưa hình như có cánh

Tháng năm này
Tiếp đến những tháng năm sau
Cùng với không khí ẩm mốc này
Đồng lõa.

Chết dần từng ngày một.

23.11.2005

GIANG VAN (GIÁNG VÂN)

DYING DAY BY DAY

Dying day by day,
Even when still alive, breathing, sleeping, and in motion,
Even when squirming to do one thing or another.

Getting up every morning,
The blood dries a little bit,
Like the dying river revealing its pebbly bed,
Likely to forget the body's flowing blood.

Dying day by day,
Where did I drop my soul's wings?
Startled,
Even once upon a time reptiles had wings.

Time is running,
Running away
Together with this damp moldy air
As its accomplice.

Dying gradually day by day.

23 November 2005
tr. Châu Diên and Michelle Noullet

THANH NGUYÊN

THƯ GỬI NGƯỜI YÊU LÀ THANH NIÊN XUNG PHONG

Lá thư viết xong rồi
Chiếc phong bì dán lại
Nơi dành cho người gửi
Em viết vội tên mình
Người nhận - thì là anh
Chứ còn ai khác nữa!
Thế nhưng chỗ anh ở
Bây giờ là nơi đâu?
Em quen anh đã lâu
Mà ít khi gặp mặt
Anh bộn bề công tác
Cứ đi gần, đi xa
Khoảng cách giữa đôi ta
Có khi dài, khi ngắn
Từ nông trường mùa nắng
Đến mặt trận mùa mưa
Anh đi suốt hai mùa
Qua bao nhiêu miền đất
Tên mỗi miền mỗi khác
Anh vẫn gọi "quê hương"
Đoàn thanh niên xung phong
Mang màu xanh trải rộng
Để lại đây khoảng trống
Địa chỉ người nhận thư
Để lại chút suy tư
Vương trong tim người gởi:
Lá thư rồi sẽ tới
Rừng le hay chiến hào?
Anh sẽ đọc khi nào
Che tăng hay mắc võng?

THANH NGUYEN (THANH NGUYÊN)

LETTER FOR MY LOVER WITH THE VOLUNTEER YOUTH

My letter is written,
The envelope pasted shut and
Set aside for the courier.
I hastily wrote my name,
The recipient's, too—that's you
And no one else.
But your address,
Where are you now?
I've known you so long,
But have seen you so little.
You've been pressured with work,
Running here, running there,
The distance between us
Sometimes long, sometimes short,
From the state farm in the dry season
To the Front during the rains.
You've been on the go all year,
Crossing so much of our country,
Calling each area
Your own "native land."
Units of Volunteer Youth
Wearing green spread out,
Staying here, there in vacant areas.
This letter's address I've
Set aside while questions
Entangle my heart:
Will this letter reach you
In the jungle or the trenches?
Will you read it
Concealed in a tent or reclining in a hammock?

Hay cũng như mọi bận
Thư chẳng thấy trả lời
Về phép, anh chỉ cười
Thư em chưa nhận được
Đơn vị anh đi trước
Chắc thư gửi đến sau
Thôi thì để gặp nhau
Mình nói bù trang giấy. . .

Chẳng biết lần thứ mấy
Em lại dán phong bì
Lá thư lại gửi đi
Về nơi anh đang ở
Nơi có nhiều sóng gió
Có Thanh niên xung phong
Dù nhận được hay không
Em tin anh vẫn hiểu
Thư em đi trăm nẻo
Theo anh khắp quê hương.

1978

It seems as if my
Letters are never answered.
Back on leave, you laughed:
You'd never received a one.
Your unit had moved on;
My letters arrived later.
Still, when we met,
I made up for lost pages—

I don't know how many times
I've pasted an envelope shut,
Sent the letter off
To wherever you were,
A place challenging
The Volunteer Youth.
Whether you receive my letters or not,
I believe you understand
They have gone in a hundred directions,
Following you through every native land.

1978
tr. Xuân Oanh and Lady Borton

THU NGUYỆT

TẢN MẠN

Tôi là con bé nhà quê
Quanh đâu xa cũng quẩn về bến sông.

Nơi con nước lớn nước ròng
Xuồng ba lá lướt tràn bông lục bình
Trái cà na lúng liếng xanh
Chùm me nước đỏ treo cành đỏ leo
Đế, nga - mía trẻ nhà nghèo
Bông ô môi rớt trôi theo câu hò. . .

Nhớ quê ngồi viết bài thơ
Bao nhiêu kỷ niệm mập mờ lãng quên
Giận đời người cũng như tên
Bắn chưa tới đích đã quên đường về!

Tôi là con bé nhà quê
Quanh đâu xa cũng quẩn về bến sông
Nhưng đâu chỉ nước lớn ròng
Thiên tai lũ lụt bến sông ngập rồi
Tôi thầm nuốt tiếng Đò ơi
Cầu tre trôi mất. . .
       thôi, người lại đi!

Buồn không biết nói câu gì
Rứt tàu lá dọc đường đi thả về. . .

1992

THU NGUYET (THU NGUYỆT)

DISPERSED

I'm a country girl;
Whenever far away, memory takes me home to the river wharf.

Whether high tide or low,
Sampans glide among the water hyacinths,
Alongside fruits of shimmering green,
Beneath tamarind clusters hanging over muddy water.
Poor children suck the juice out of fresh sugarcane stalks;
Apricot flowers drop and drift, following the calls of the sampan scullers.

Missing my home village, I sit and record
Faint memories sinking into oblivion.
Angry with life, people are like arrows;
Before they reach their target, they forget their way home.

I'm a country girl;
Whenever far away, memory takes me home to the river wharf.
Now, there's only the high tide and low
But nothing left of the wharf destroyed by a flood.
I start to call *Hey sampan!* but swallow:
The bamboo bridge is gone,
        The people are gone.

Despondent, I don't know what to say,
I tear off a leaf and let it float away.

1992
tr. Xuân Oanh and Michelle Noullet

KHÁNH CHI

MƯA BONG BÓNG

Những giọt mưa lấm tấm
Mát và trong như giọt nước mắt trẻ em
Một đám đi từ xa đến, mỏng như lụa
Bồng bềnh như cơn gió
Đi qua đầu em rợp như một cánh chim
Giọt mưa ra trước làm chị
Giọt mưa ra sau làm em
Chòm mây như bàn tay nàng tiên, tung nắm thóc
                      đều như mùa gieo hạt

Lộp độp! Lộp độp
Giọt mưa trên mái nhà em gõ nhịp
Giọt mưa trên mặt sông lích rích như tiếng mỏ gà mổ cơm

Hòn đất mở mắt nhìn
Mầm lá đội mưa lớn dậy
Trời vẫn sáng trong, nắng như ngọn đèn thấp thoáng
Cơn mưa từ trên cao đi xuống, từ trong nắng đi ra
Chòm mây đã đi xa, hạt mưa đứng trên lá vẫy
Em muốn hỏi: cơn mưa bóng mây như tuổi nhỏ
Mà sao trên mặt đất này nhiều con sông,
Nhiều cánh buồm ra biển cả mênh mông.

1982

KHANH CHI (KHÁNH CHI)

RAINDROPS

Drops of rain like spray—
Fresh and clear like the tears of children—
Some drops from afar, delicate like silk,
Drift like a breeze
Or like the wing of a bird over my head.
The first drops are the older sisters,
The later ones are younger.
The clouds are like fairies' hands broadcasting rice
        in a shower of seeds.

Lộp độp! Lộp độp!
Raindrops beat on my house roof, drumming their rhythm,
Raindrops beat on the river, *lích rích*, like chickens pecking rice.

The earth opens its eyes as if to watch
The rice seedings in the brisk rain
While the sun like a bright lamp appears, disappears
As the rain falls from the heights, from inside sunlight.
Now that the clouds have skittered away, drops of rain stand on the
        quivering leaves.
I want to ask: Are passing rain and sudden clouds like our youth?
Why so many rivers on this earth?
And why so many sails on the immense sea?

     1982
     tr. Xuân Oanh and Lady Borton

Like English, Vietnamese has words and expressions used solely for their onomatopoetic qualities.

TRẦN KIM HOA

GIẤC MƠ MẶT TRỜI

này con đò, này dòng sông, này cánh đồng rơm rạ
giấc mơ mặt trời có còn nồng cháy
mà mái chèo buồn tênh
mà sỏi trắng trầm ngâm
mà cánh cò lặng lẽ

nước mắt ban mai có còn về nữa
bờ cỏ này, bến nước này, mé ruộng này
vẫn lấp xấp những dấu chân xưa cũ
đong đầy đêm không ngủ
chan đầy ngày sóng cả

bàn tay còn âm ấm
nước mắt mặn và cay
con đường hoa vàng, cánh rừng buốt lá
canh cánh lời yêu
canh cánh lời đêm

mà đi như gió, mà im như gió
mà xa như núi, mà buồn như núi
để lại cánh đồng tủi hờn rơm rạ
để lại dòng sông dầm mình lam lũ
để lại mái chèo dãi nắng sầu đông

là người ơi.

03.2004

TRAN KIM HOA (TRẦN KIM HOA)

DREAM IN THE SUN

o sampan, o river, o field of straw and stubble
the sun dream still burns—isn't this
why the oar seems sorrowful
why the white pebbles seem meditative
why the storks' wings are silent?

do morning tears still return
to this grassy bank, this river, this field
soaking old footprints
drowning sleepless nights
flooding my days with huge waves?

are your hands still warm
your tears salty and hot?
is the path yellow-flowered, the forest icy-leaved
haunted by love's murmurs
haunted by night's murmurs?

but you leave as the wind, silent as the wind
distant like a mountain, forlorn like a mountain
leaving the straw-covered field a ruin
leaving the drenched, bedraggled river
leaving the oar exposed to the bleak winter sun,

my love.

March 2004
tr. Châu Diên, Nguyễn Quang Minh, and Rebekah Linh Collins

ĐOÀN NGỌC THU

THÀNH PHỐ CHIỀU MƯA

Thành phố chiều mưa
Có người ăn xin ngồi hát
Khúc hát thời chiến tranh

Thành phố chiều mưa
Có đám trẻ lang thang
Tranh nhau nhặt bàng rụng
Và những phập phồng bong bóng

Thành phố chiều mưa
Bên quán nhỏ ven đường
Tàn thuốc bay lên và que diêm cháy dở
Một chiếc vé về đẫm nỗi tha hương

Thành phố chiều mưa
Chợt gặp lại em
Vẫn như thế - kiêu hãnh và cực nhọc
Em lặng bước qua mưa
Đến cạnh người ăn xin
Và khóc. . .

Vắng khúc hát thời chiến tranh.

1992

DOAN NGOC THU (ĐOÀN NGỌC THU)

THE CITY IN THE AFTERNOON RAIN

The city in the afternoon rain:
A beggar sits singing
A song from the war.

The city in the afternoon rain:
Roaming children
Vie for the bubbles they blow
And for fallen almonds.

The city in the afternoon rain:
Near a small roadside inn,
Cigarette ashes eddy with a burnt match
And a return ticket filled with nostalgia.

The city in the afternoon rain:
Suddenly I run into you,
You're just as before—proud and harsh.
You step silently through the rain
To the beggar's side
And weep—

At the song echoing the time of war.

1992
tr. Xuân Oanh and Lady Borton

NGUYỄN BẢO CHÂN

GỬI CHA

Soi vào bàn tay cha
con thấy những con đường
bị cắt chia thành tương lai thành quá khứ nhọc nhằn
con thấy bầu trời ấu thơ
con trôi theo những vầng trăng những vì sao chở bao giấc mơ
Cha ơi
thời gian vèo trôi
con đã vỡ khỏi giấc mơ để trở thành một cuộc đời
Con cầm mảnh vỡ của cha bằng bàn tay yếu đuối này
Con mài sắc nó làm nó cùn mòn rồi lại mài sắc thêm lần nữa
để sống để yêu tin để tự chở che mình
Nếu có lúc nào con trót đánh rơi
mảnh vỡ ấy tan tành
thì con biết cha sẽ nhặt lên từng vụn từng vụn nhỏ
dẫu nó cứa vào tay cha dẫu nó khiến cha đau.

08.1995

NGUYEN BAO CHAN (NGUYỄN BẢO CHÂN)

FOR MY FATHER

Looking at your hands
I see the lines
Splitting into the future and an exhausting past
I see also the sky of my youth,
How I drifted in dreams, following the moon and stars.
Father,
Time has rushed on
I have crushed my dreams and turned them into a life
I have held the broken pieces of your life in these frail hands
I have ground the shards to bluntness, ground them some more
In order to live, love, and protect myself.
If ever I'm inattentive to you, broken
And reduced to pieces,
I know you will pick up the shards
Even though they cut your hands and give you pain.

August 1995
tr. Lady Borton

NGÂN HOA

CÁNH ĐỒNG

Những đóa cúc vừa hái về từ cánh đồng mùa xuân rộng lớn
Tỏa sáng trên chiếc bình gốm sẫm màu
Chạm vào em một chiếc lá già nua, một nụ hoa bé bỏng
một hơi thở run run, một làn sương ẩm ướt
Chạm vào em một lảnh lót trong veo, một vang rền trầm đục
một nức nở âm u, một lặng câm rực rỡ. . .

Em chạy về với cánh đồng rộng lớn mùa xuân
Chân ngập trong đất mềm tơi xốp
Em gọi tên những loài hoa chưa kịp mọc
Em gọi tên những trái cây chưa kịp ra đời
Những trái cây đang ngủ trong hạt mầm vừa nứt
Đang ngủ trong đóa hoa nấp dưới đất cày.

Dưới lớp đất cày có những chiếc bình gốm
Chưa kịp thành hình chờ đợi các loài hoa.

02.1995

NGAN HOA (NGÂN HOA)

THE FIELD

Wild daisies gathered from the vast field in spring
Spread light on the colorful ceramic vase.
I'm touched by an old leaf, a tiny blossom,
A quivering breath, a drop of dew.
I'm touched by clear metallic sounds, deep reverberating echoes,
Gloomy sobbing, resplendent silence.

I run to to the immense field in spring:
My feet sink into soft soil.
I call by name not-yet-blooming flowers
And not-yet-ripened fruits
Still buried as newly cracked seeds,
Still hidden under the plowed soil.

Imagine ceramic vases beneath the upturned earth,
Not yet shaped for the flowers they will hold.

February 1995
tr. Châu Diên and Michelle Noullet

BÙI THỊ TUYẾT MAI

MỜI RƯỢU

Rượu em
Rượu làm quen
Có chua của hèn
Có ngọt của sang
Mời anh nâng lên cạn chén
Cho trọn nghĩa mới quen

Rượu em
Cất từ mắt lửa than
Từ gan cà cuống
Lấy từ lời mật lời quế
Em mời anh uống

Rượu em
Cất từ lòng người ngồi trên đống lửa
Cất từ ruột người phải tổ kiến kim
Từ lòng người dài như sợi chỉ đêm ngày
Em mời anh uống

Rượu em
Rượu đổ bát trong soi gương
Xa uống nên thương
Gần uống thành nhớ
Mời anh uống với em đừng sợ

Rượu em
Rượu thủy chung chồng vợ
Rượu nên ấm nên êm

BUI THI TUYET MAI (BÙI THỊ TUYẾT MAI)

INVITATION

This drink of mine
Makes strangers friends
With the sourness of ignorance
And the sweetness of perception.
Raise your cup and drink
To celebrate our meeting.

This drink of mine,
Distilled from the eye of a live coal
And the pungent liver of a water bug,
Flavored with honey and cinnamon words,
I offer you now.

This drink of mine,
Distilled from a heart on fire,
From a heart fallen on a hill of fire ants,
From feelings that thread together days and nights,
I offer you now.

This drink of mine
Becomes a mirror in its own bowl;
At a distance, it stirs up tenderness,
Closer, it quickens desire.
Drink with me and don't be afraid.

This drink of mine
Makes a faithful husband and wife,
Brings warmth and calm,

Rượu nhớ họ nhớ tên
Nghiêng người em mời anh uống

Uống đi anh!
Uống cho bếp no lửa
Uống cho cửa mở to
Uống cho vò trơ đáy
Uống cho mình tỏ rõ lòng nhau!

2005

Remembers our names.
Respectfully I offer you this drink.

Please, drink!
So the hearth will be filled with fire,
So the door will be opened wide.
Drink until this jar is empty,
So we may know our loving hearts.

2005
tr. Xuân Oanh and Rose Moxham

PHAN HUYỀN THƯ

CÒN SÓT LẠI CỦA CHIỀU

Buồn miên man hoàng hôn. Buồn
chảy ra từ mười đầu ngón tay hoang mang. Buồn
là máu. Lênh láng chờ trăng lên
để lóng lánh. Buồn là chất rắn
nóng chảy. Đóng vảy trên da thịt. (Có vẻ như đã từng có
một vết thương bên trong. Nhưng chính tôi
là vết thương của chiều).

Buồn là không gian. Tôi cứa vào trời xanh
ánh mắt mỉa mai chính mình. Buồn
chảy ra từ tóc. Từng sợi tóc nhỏ máu. Ngực nặng
dưới áp thấp của sự trở mặt. Khó thở
tôi nhắm mắt. Lắng nghe
từng giọt máu nhẫn nại bò từ tóc
thấm xuống đất. Bung ra mầm
tuyệt tình.

Bông hoa say đắm không thể nở
bằng ánh sáng của những điều tầm thường. Hạt giống
bay theo gió hờn ghen. Rơi xuống
mặt đất hiểm trở. Độ lượng mất giá. Khu vườn
ân cần một cách lên gân. Khiến tôi
nôn nao thai nghén sự trả thù. Nhưng
buồn đã chảy hết. Tôi không còn nổi một
giọt máu. Trên đầu tôi. Tóc
cũng trôi theo ánh đỏ
ráng chiều.

PHAN HUYEN THU (PHAN HUYỀN THƯ)

REMAINS OF LATE AFTERNOON

Ceaseless sadness at dusk. Sadness
pouring from ten wavering fingers. Sadness
is blood. Overflowing, it waits for the rising moon
to glitter. Sadness is hot, coursing
lava. It crusts over my skin. (Maybe at one time there was
an inner wound. But primarily I am
the wound of late afternoon.)

Sadness is space. I cut through the blue sky
with my own mocking stare. Sadness
runs from my hair. Blood drips from each strand. My breast
feels pressed by the betrayal. Choking,
I close my eyes. I listen
to each drop of blood fall from my hair and
sink into the earth. The drops nourish
the end of love.

The passion flower cannot bloom
under the light of indifference. The seeds
fly away on the winds of jealousy. They fall
on hard soil. Generosity has lost value.
A hospitable garden gives rise to stubbornness. It makes me
nurture acts of vengeance. But my
sadness has run out. I have not
one drop of blood left. Not a drop on my head. My hair
floats away, following the red glow
of sunset.

Vờ như níu kéo chân trời. Ánh mắt
anh. Chạy trốn nụ cười của gió. Anh nhìn
xuống chân tôi nơi những con sâu
buồn đang ngọ nguậy và bò lên đầu gối. Sắp đặt
kiểu dáng mới cho trật tự của tuyệt vọng. Anh chạy
khỏi nỗi buồn của tôi trong buổi chiều
chắc chắn đang cắm đầu vào đêm. Những chiếc rễ
tinh tế chối từ sự lừa bịp dịu dàng. Ái tình héo rũ
trong chiếc bình nhỏ nhen chứa đầy tạp chất.

Tôi đã chảy hết máu buồn
trong buổi chiều kiễng chân. Kiêu hãnh.
Khi đêm đến. Chỉ còn lại hai ống chân
một vài con sâu vẫn còn ảo tưởng. Ngọ nguậy. Và
găm lại trong kẽ ngón chân cái. Là. Một lời nói
hoặc cái gì đó đại loại. . . như
cái nhìn vô cảm của anh.

20.04.2005

I pretend to pull back the horizon. Your eyes
glimmer. I flee the wind. You stare
at my feet, where insects
squirm, crawling to my knees. You fabricate
new kinds of despair. You escape
my late afternoon sadness
that will run blindly into the night. But
fine roots emerge from soft deception. Love
withers inside the small vase filled with impurities.

I have poured out all my blood
late this afternoon. Pride
comes when night falls. There remain only my two legs
and some illusionary insects. Squirming. Tucked
away between my toes. They are: A form of expression
or something that is major—like
your insensitive stare.

20 April 2005
tr. Châu Diên and Michelle Noullet

DẠ THẢO PHƯƠNG

SEN MUỘN

Lặng lẽ
Vùi mình trong tối tăm đầm nước
Đêm dằng lũ ếch kêu chộn rộn
Tra dằng dặc bầy cung quăng giật mình hoảng hốt
Đóa sen hồng kiêu sa
Hè qua rồi
Mới dịu dàng ngỏ cánh
Bàng hoàng
Nhớ mình khởi thủy từ hương thơm
Từ ánh sáng
      Từ nước
Đã hồng, hồng đến tê tái
Đã ngát, ngát đến tức tưởi
Lại thức dậy, thức dậy những hồi tưởng đau đớn
Giã từ thiên đường giấc ngủ
Cựa vỡ lòng mình
Trút bỏ xiêm y
Trút bỏ thịt da
Trút bỏ hương thơm. . .

2002

DA THAO PHUONG (DẠ THẢO PHƯƠNG)

LATE LOTUS

Silently
Having buried itself in the darkness of pond water
As the frogs' croaking erupted all night long,
Tormenting the mosquito larvae, startling them into panic,
Only with summer already gone
Does the exquisitely pink lotus
Tenderly unfold its petals
Stunned
To remember that its origin was from fragrance
From light
      From water
That had grown pink, pink to the point of sorrow
That had grown sweet, sweet to the point of grief
Awakening, awakening memories of mourning
Bidding farewell to the paradise of slumber,
Searing its own heart
Shedding pretense
Shedding deeper layers
Shedding fragrance.

> *2002*
> *tr. Xuân Oanh and Lady Borton*

LY HOÀNG LY

LỜI THÌ THẦM CHO ANH

Những ngày không phải dành cho em
Em đi giữa chốn đông người
Những điều không phải dành cho em
Em đi giữa phố - lơi khơi

Có khi nào mệt mỏi anh nhớ con phố đêm về bỗng trở lạnh
thêm chén chè tươi nồng nàn khói
nghe em kể những điều rất lạ
mưa rơi giữa chúng mình

Giơ tay hứng hạt mưa
Mưa rơi qua kẽ tay
Giơ tay hứng trời mưa
Mưa rơi qua đắm say

Em thì thầm những ngày không dành cho em
Những vần thơ không dành cho em
Chút ánh lạ trong mắt em
em thì thầm mỏi mệt

Có nghìn câu hỏi trăng khuyết
Em về âm u đêm
Trăng tròn anh nghe tiếng lạ
Không phải tiếng em.

03.1999

LY HOANG LY (LY HOÀNG LY)

WHISPERED CONFIDENCES FOR YOU

During days not reserved for me
I went walking in the crowd,
During events not reserved for me
I went wandering in the streets.

When you are cold and exhausted, do you miss our street at night,
The steaming cups of green tea,
My recounting strange incidents
As the rain fell between us?

We would raise our hands to catch raindrops
Between our fingers,
Lift our hands to the rain
Falling beyond our passion.

I whispered on those days not reserved for me
The verses not reserved for me.
A strange, tiny light filled my eyes,
I whispered, exhausted.

I have a thousand questions to ask the waning moon,
As I return home in the gloomy night.
When the moon was full, you heard an unusual voice,
Not mine.

> *March 1999*
> *tr. Châu Diên, Nguyễn Quang Minh, and Rebekah Linh Collins*

LÊ THỊ MỸ Ý

KHÔNG NGỦ

Thế giới chìm lìm dưới lớp chăn dày
Lơ phơ gió
Nỗi chán chường len vào lúc nào chẳng rõ
Như là nụ hôn

Nụ hôn thừa dưới gót chân
Của tận cùng say đắm
Như dẫm phải đầu gai nhọn
Áo đã đỏ, máu đã tứa và tim đã khóc
Sự mạch lạc của bản thân
Không ngủ

Thế giới này chìm lìm dưới một cái phất tay
Thở dài
Niềm vui như bắt đầu được gieo sang kiếp khác
Cánh đồng trĩu hạt
Chờ người hái thôi mà

Nhưng đành thôi, đã xa
Mọi thứ lơ phơ gió
Áo đỏ
Mỗi nụ hôn nhuộm đỏ
Thế giới vẫn ráng chiều sau một cái phất tay

Vậy mới biết
Không ngủ
Chuyện gì cũng làm tôi khóc được
Chuyện gì cũng làm tôi hát được
Nhưng chẳng có chuyện gì làm tôi chết được

Gió mênh mang phơ phất qua đồng.

6.10.2005

LE THI MY Y (LÊ THỊ MỸ Ý)

SLEEPLESS

The world sinks beneath a thick blanket.
There's a slight breeze:
Weariness and wool mix in a haze
Like a kiss,

A superfluous kiss on the heel
At the passion point,
Like having trod on a sharp thorn.
The dress has turned red, blood has poured, and the heart has wept
Acts of self-coherence,
Sleepless.

My world sank beneath his waving hand,
Sighing.
Joy has sowed another's life,
A field laden with seeds
Waiting to be reaped.

I reconcile myself: He's gone,
Disregarding the slight breeze,
The red dress,
Each kiss dyed red.
A final wave, and then the world sank beneath the golden clouds of evening.

And so I know,
Sleepless,
Anything can make me cry,
Anything can make me sing,
But nothing can make me die.

An immense wind moves across the fields.

> *6 October 2005*
> *tr. Xuân Oanh and Lady Borton*

VI THÙY LINH

HỒNG HỒNG TUYẾT TUYẾT

Đêm qua nhanh nằm điện thoại tỏ tình
Cùng trận mưa thấu tâm can
Bao nhiêu người không ngủ được vì nhớ nhau
Vĩnh biệt những năm ngủ một mình - đinh ninh ôm nhau lúc ngủ
Anh rủ em tắm mưa
Heo may hoan lạc cá về
Nước trong suốt Anh cuốn em trắng ngần
Chim xanh đàn đàn mỏ vàng nhả hạt trái buông mình chín ngọt
                                          những hạt gạo muốt căng
Cánh đồng vô biên dào dạt
Ngực em bày chật một ô buồn
Bùng nổ chữ trên da
Thơ dâng làn sóng mới đợt này chồng lớp khác
Em như chim tải cúc hay hót
Yếu mềm và khoáng đạt yêu Anh
Len lỏi tối tăm thắt ngặt hiểm nguy
Chầu chực quỷ ma nơi những lỗ tò vò khuôn sáo cũ già bất lực
Những bóng đen vô dụng chờ báo tử trong nguyền rủa và lãng quên,
                              tự viết cáo phó bằng hoảng loạn
Em cứ là em, cách ly khỏi những điều tội lỗi
Chiều buông đầy những thở dài
Một mình khai khẩn hoang vu
Một mình quyến rũ mùa thu

Thơ Hoàng Hưng.
Thơ Dương Tường.

VI THUY LINH (VI THÙY LINH)

O ROSE O SNOW

Night passes quickly as I lie talking on the phone, expressing love
While the rain penetrates my heart.
How many people can't sleep because they long for each other.
Goodbye to years sleeping alone—we assume we'll sleep entwined.
You drew me outside to bathe in the rain
With the sensual northeast wind as the fish returned.
Standing in the clear rain, you enfolded my creamy white body.
Green birds with golden beaks dropped ripe, sweet rice seeds
       full and white like pearls on me
And on the expanse of flooded paddies.
My breasts fill with melancholy.
Words explode on my skin,
Poetry surges, each wave riding over the last.
I am like a bird flying with a chrysanthemum or singing,
Loving you tenderly, freely.
I have found my way out of stifling darkness and danger.
I was serving ghosts and demons in a place where old, impotent
       eyebrows would arch.
Useless, dark shadows awaiting their death notices of curses and
       oblivion, writing their own obituaries in a panic.
I remained myself, staying isolated to avoid offense.
Evening falls, filled with sighs.
Alone, I break fresh ground in the wilderness,
Alone, I seduce the autumn.

Em miêu tả mình kỹ càng trong những bài thơ không có chữ Hết
Thơ cho những người phụ nữ thoát ảo ảnh cam chịu buông xuôi
Cự tuyệt vai trò thứ yếu
Chẳng chịu lượng sức mình
Vì trái tim đa tình bẩm sinh
Chối bỏ những kiểu yêu vụng trộm
Không thỏa hiệp sống tẻ nhạt
Khăng khăng cực đoan sống cho hết sống
Tình yêu - phát minh vĩ đại nhất mọi thời
Cứ ôm hôn nhau giữa đường phố, quảng trường
Ta sinh ra thế giới

Phạm Duy tóc trắng
85 lần thanh xuân
Thả nhạc hào hoa và yêu rất trẻ
Mối tình đầu như mối tình một vạn
Yêu vượt trăm năm chưa thỏa

Đàn chim sẻ nhảy claquettes mái cao mái thấp
Áo rêu lục bảo thời gian
Đã cạn lọ Chanel số 5
Mà hương lưu dai dẳng
Đêm lại ướp đêm nhục cảm

Cô đầu nghiêng ngả:
"Hồng hồng tuyết tuyết
Mới ngày nào chửa biết cái chi chi
Mười năm thấm thoát có xa gì
Ngoảnh mặt lại đã tới kỳ tơ liễu"

Lời hát nối trong nghệ thuật ca trù, thực chất là bài thơ ca trù "Đào hồng đào tuyết" của Dương Khuê. Câu "Mười lăm năm" sửa lại thành "Mười năm" theo dụng ý nhấn mạnh mười năm làm thơ của tác giả – VTL.

I elaborately describe myself in poems without the word "Finished,"
Poems so women will escape illusion, resignation, descent,
So they can reject a minor role in love,
Never conceding their own strength
Because their hearts are innately sentimental;
So they reject stealthy forms of love,
Never compromising with a dull life;
So they persist relentlessly by living to the edge of life.
Love—it's the greatest invention of all time.
Keep on hugging and kissing in the middle of streets and squares:
We give birth to the world.

White-haired Phạm Duy
Eighty-five years young
Sets free generous music and youthful love.
First love is like the ten-thousandth,
A love for more than a hundred years yet never sated.

Sparrows tap dance on the uneven roofs
Cloaked in the green moss of time.
The bottle of Chanel No. 5 is empty
Yet retains its perfume.
Nights retain their scent, nights of sensuality.

The courtesan sways as she sings:
"O rose O snow,
A few days ago, you still hadn't learned to play hide-and-seek
Ten years flew by in no time
Turn around, and it's the season of weeping willows."

Kỳ tơ liễu sương buông rèm ân ái
Thu đan dài nhịp sóng cong mưa
Lá vàng bơi: những cuộc đua thuyền
Tới lưới nàng làm đàn môi kèn lá
Bàng hoàng cơn bão vàng
Mắt nhìn cây rừng mình trổ biếc

Hồng hồng tuyết tuyết
vì hồng tuyết mà khó nằm yên, đâu bởi chè mạn đậm sen nhài uống
không gian thảo mộc
Vạn cánh hồng làm tinh dầu khiến chiếc giường chẳng thể nào
tĩnh lặng
Hoa Immortelle chứng sinh không bao giờ tàn cả khi hái xuống
Màu vàng hoa giao hợp hương da
Bao bọc em chiết xuất nữ tính đặc thù
Để em mãi thon thả vẻ đẹp không vội vã
Chờ Anh hái những bông thủy tiên xanh thơ dại cuối cùng từ châu Mỹ,
về trồng trong phòng tắm cho em.

Giữa mùa thu 2005

Loài hoa sắp tuyệt chủng, chỉ còn rất ít ở châu Mỹ.

The season when dewy weeping willows unfurl their curtains of passion,
Autumn weaves long waves of rain,
Golden leaves float like boats racing,
Reaching the tongues of young women fashioning flutes from leaves,
Amazed by the storm of gold,
Eyes staring at the swaying trees bursting with green.

O rose O snow,
Because of you it's hard to lie quietly, for the pungent lotus-and-
      jasmine tea pervades this space filled with plants.
Thousands of rose petals yield a drop of essence; that's why this bed
      will never be calm.
The Immortelle flower is witness: Once open, it never fades even
      when plucked;
Its golden flowers sleep with the scent of skin,
Enfolding me in their womanly essence
So that I can remain forever slender, beautiful, and unhurried,
Waiting for you to gather the last blue narcissus from America,
      bring them back, and grow them for me in the bathroom.

    Mid-Autumn 2005
    tr. Châu Diên, Nguyễn Quang Minh, and Rebekah Linh Collins

Rose and Snow were two common names for singer-courtesans in ancient Việt Nam. "My breasts fill with melancholy" comes from "Không đề" (Untitled), by Hoàng Hưng (1942–). "Evening falls, filled with sighs" comes from "Chiều buông đầy những thở dài" (Evening falls, filled with sighs), by Dương Tường (1932–). Phạm Duy, a famous composer and singer, has lived in the United States since the end of the U.S.-Việt Nam War. When Phạm Duy was eighty-five, he visited Việt Nam. The quoted lines come from "Đào hồng đào tuyết" (Pink peach, white peach), by Dương Khuê (1839–1902).

BIOGRAPHICAL NOTES

For Vietnamese, "ancestral home" and "birthplace" are not necessarily the same. Vietnamese place great importance on their *quê hương* (ancestral home), which is their fathers' birthplace and the site of their ancestors' graves but not necessarily their own birthplace.

Poets

ANH THƠ (1921–2005) was born in Hải Dương Province in northern Việt Nam; her father was a Confucian scholar from Bắc Giang Province, also in northern Việt Nam. Her given name is Vương Kiều Ân. Anh Thơ began publishing poetry in 1934 and received the Poetry Encouragement Prize from the Self-Reliance Literary Society in 1939 for the manuscript that became *Bức tranh quê* (Rural landscapes). She was an early participant in the Revolution through the Việt Minh Front and an activist during the Resistance War Against France. After peace, she returned to live and work in Hà Nội, where she composed poems for more than sixty years and published these collections: *Bức tranh quê* (Rural landscapes) (1941), *Xưa* (Long ago) (with others, 1941), *Hương xuân* (Spring fragrance) (with others, 1943), *Kể chuyện Vũ Lăng* (The Story of Vũ Lăng) (1957), *Theo cánh chim câu* (Following the dove's wing) (1960), *Đảo ngọc* (Pearl Island) (1964), *Hoa dứa trắng* (White pineapple flower) (1967), *Mùa xuân màu xanh* (Green spring) (1974), *Quê chồng* (My husband's home village) (1979), and *Lệ sương* (Tears of mist) (1996). She also wrote a novel, *Răng đen* (Black teeth) (1942), and three literary memoirs: *Tiếng chim tu hú* (Call of the black cuckoo) (1985), *Từ bến sông Thương* (From the wharf at Thương River) (1986), and *Bên dòng chia cắt* (Where the stream divides) (2002). In 2007, two years after her death, Anh Thơ became the only woman ever to receive Việt Nam's highest cultural accolade, the Hồ Chí Minh Award for Literature and the Arts. The award was for *Bức tranh quê* and *Từ bến sông Thương*.

MME. BANG NHÃN (1853–1927) is also known by her real name, Lê Thị Liễu. She was the wife of Phan Quỳ, who had come from Hạ Nhạ Village in Đại Lộc District of Quảng Nam Province in central Việt Nam. Mme. Bang Nhãn was famous in the central provinces during the early 20th century for her poems in *Nôm* Vietnamese ideographic script. Although her work was often recited, very little was written down, with the result that only a few poems remain.

BÙI THỊ TUYẾT MAI (1971–) is from the Mường ethnic minority group. She was born and reared in Hòa Bình Province in the northern mountains, graduated from the First Teachers University, and earned a master's degree in economics. Bùi Thị Tuyết Mai teaches at the Hòa Bình Province Communist Party School and writes poetry that draws on the heritage and culture of the Mường. Her published works are *Mưa trong nhà* (Rain in the house) (1998), *Trầu đỏ môi ai* (Lips reddened by betel) (1999), *Nơi cất rượu* (A place to toast wine) (2004), and *Mường trong* (The Mường inside) (2005).

CAO NGỌC ANH (1878–1972) came from Thịnh Mỹ Village in Diễn Châu District of Nghệ An Province in the center of Việt Nam. The daughter of a mandarin, she had the chance to study and wrote poems in *Hán* Chinese. At the age of nineteen, she married a provincial mandarin, Nguyễn Duy Nhiếp, who was also known for his literary talents. In 1953, she published *Khuê sầu thi thảo* (Excerpts from poetic discussions) with poems in both Chinese and Vietnamese. She organized the Quỳnh Dao Poetry Club in the early 1960s to encourage women poets in South Việt Nam.

CẨM LAI (1923–2006) was born in Hà Tĩnh Province in central Việt Nam and took part in the 1945 August Revolution and in the Resistance Wars Against France and the United States. Her poetry collections include *Dòng máu trẻ* (Youthful bloodline) (1947), *Tơ Tằm—Chồi biếc* (Silkworm thread—The green bud) (with Xuân Quỳnh, 1962), *Mùa xanh* (Green season) (1972), *Sắc biển* (Colors of the sea) (1988), *Hương ký niệm* (Souvenir fragrance) (1990), *Lời thơ dâng Bác* (Poems for Uncle Hồ) (1990), *Mây hồng* (Pink clouds) (1993), *Lệ đắng* (Bitter tears) (1998), *Để ta khuyên gió* (To encourage the wind) (2000), *Muôn vẻ tình yêu* (Myriad images of love) (2002), and *Cẩm Lai: Thơ với tuổi thơ* (Cẩm Lai: Poems and childhood) (2003). Her four volumes of prose are *Tình bạn tình thơ* (Love of friends, love of poetry) (1997), *Thời con gái* (Girlhood) (2000), *Qua những dòng sông* (Crossing the rivers) (2002), and *Bâng khuâng tà áo tím* (The melancholy in a purple flap of a traditional dress) (2004).

DẠ THẢO PHƯƠNG (1974–) was born and reared in Hà Nội and graduated with a degree in language and literature from Hà Nội University. She served as an editor of *Văn nghệ trẻ* (Literature and the arts by young writers) newspaper from her student days until 2004 and is currently editor of the literature and arts page of *Lao động* (Labor) newspaper. Dạ Thảo Phương writes journalism and poetry, is active in organizing young poets, and has published poems in major newspapers and magazines.

DIỆU NHÂN (Lý Ngọc Kiều) (1041–1113) came from Phù Đổng Village in Tiên Du District, now part of Bắc Ninh Province in northern Việt Nam. She was the paternal granddaughter of King Lý Thái Tông (life: 1000–1054; reign: 1028–1054), who taught her literature. She married a district official from Phú Thọ Province. Lý Ngọc Kiều's husband died when she was twenty-one. Shortly thereafter, she accepted the Buddhist discipline under instruction by Superior Bonze Chân Không (1046–1100) at Từ Sơn Pagoda. Chân Không gave her the Buddhist name, Diệu Nhân, and later made her supervising nun at Hương Hải Pagoda. Her one extant work is a *kệ* (a Buddhist song versified like a Sanskrit *gatha*), which she wrote in *Hán* Chinese.

DƯ THỊ HOÀN (1947–) is originally from Guangxi Province in China; her given name is Vương Oanh Nhi. After finishing high school, Dư Thị Hoàn worked as a seamstress, a lathe turner, and then as a salesperson. Until her recent retirement, she was director of a general sales company in Hải Phòng. While a laborer, Dư Thị Hoàn translated and wrote poetry, journalism, literary pieces, and essays, including a famous article about poetry, "Tôi muốn mã hóa những cuộc tìm kiếm" (I want to encrypt the search). Her published works are *Lối nhỏ* (A small path) (1988) and *Bài mẫu giáo sáng thế* (Kindergarten poems for creation of the world) (1993). Her forthcoming works are *Du nữ ngâm* (Women reciting) and *Luồng sáng ở kẽ chữ chân câu*, with a bilingual edition available in Vietnamese and English under the title *The Light Between*.

ĐẠM PHƯƠNG (1881–1947), a paternal granddaughter of King Minh Mạng (life: 1791–1841; reign: 1820–1841), was born in Tôn Nhơn District of Huế in central Việt Nam, when Huế was the capital. Her real name is Tôn Nữ Đồng Canh. She was knowledgeable in *Hán* Chinese literature, French literature, and literature in *Quốc Ngữ* Romanized Vietnamese script. The Women's Industrial Arts Association, which Đạm Phương founded in 1926, was the first women's organization in Việt Nam and a precursor to the Việt Nam Women's Union, which was founded in 1930 as a mass organization of the Indochinese Communist Party. Đạm Phương wrote journalism and literary works, including a love story, *Kim tú cầu* (A needle in an embroidered ball) (1923); a novel, *Hồng phấn tương tri* (The rouge of intimacy) (1929); *Lược khảo về tuồng hát An nam* (Sketches about Annamese classical opera) (1928); and *Đạm Phương thi văn tập* (Collected writings by Đạm Phương) (1999).

ĐINH THỊ THU VÂN (1955–) was born and reared in her ancestral home of Mỹ Phú Commune, Thủ Thừa District of Long An Province. She graduated from the Senior-Level Teachers College, has worked as a journalist and poetry editor, and is currently editor-in-chief of *Văn nghệ Long An* (Literature and the arts of Long An Province). She is also a member of the Writers Association's Liaison Committee for the Mekong Delta. Her published works include *Thay cho lời hát ru anh* (In exchange for your lullaby) (1985) and *Một ngày ta ngoái lại* (Some day we'll turn around) (2005).

ĐOÀN NGỌC THU (1967–) was born and reared in Hà Nội. She graduated with a degree in language and literature from Hà Nội University and is now a writer and editor for *Tin tức* (News) newspaper. Đoàn Ngọc Thu has published four poetry collections: *Thầm thì sông trăng* (Confidences with the moonlit river) (1992), *Khúc hoang tưởng chiều mưa* (A spell of delirium on a rainy afternoon) (1997), *Muộn* (Late) (2002), and *Quá giang* (Catching a lift) (2006).

ĐOÀN THỊ ĐIỂM (1705–1748) is also known as Hồng Hà nữ sĩ (Woman Writer of the Red River). Her homeland was in Giai Phạm Village, Văn Giang District, Kinh Bắc, an area now part of Hưng Yên Province in northern Việt Nam. The daughter of a Confucian scholar, she showed an early ability in literature. When she was sixteen, Minister Lê Anh Tuấn (1671–1763) recommended her as a royal concubine at the palace of the Trịnh lords. However, Đoàn Thị Điểm could not accept the role of concubine; she returned home and worked as a teacher to support her mother and siblings. At age thirty-seven, she married doctoral scholar Nguyễn Kiều (1695–1751). About a month after the wedding, he left for two years as ambassador to the Thanh in China. Scholars say that Đoàn Thị Điểm translated Đặng Trần Côn's *Chinh phụ ngâm khúc* (Lament of a wife whose husband has left for war) from Chinese into Vietnamese *Nôm* ideographic script while her husband was away. Nguyễn Kiều returned home and accepted an assignment in Nghệ An Province in the center of the country. Đoàn Thị Điểm followed her husband, took ill en route, and died shortly after arriving at her destination. She wrote a collection of prose in Chinese, *Truyền kỳ tân phả* (New collection of wondrous tales) (1811). Some of her other work is collected in *Hồng Hà phu nhân di văn* (Posthumous writings by the Woman Writer of the Red River) (1978).

ĐOÀN THỊ LAM LUYẾN (1953–) is from Thụy Lôi Village, An Dũng Commune in Tiên Lữ District of Hưng Yên Province of northern Việt Nam. At thirteen, she studied at the School of Performing Arts and at fifteen received the 1966–1967 Youth Literary Prize. She graduated from the Industrial Fine Arts University in 1982, worked as an art editor for Youth Publishing House, and studied at the Nguyễn Du School of Writing and Literature. Her many awards include the 2000 Poetry Prize from the Union of Vietnamese Associations for Literature and the Arts. Her published works are *Mái nhà dưới bóng cây* (A roof under the tree shadows) (with others, 1985), *Lỡ một thì con gái* (A girl's youth) (1989), *Cánh cửa nhớ bà* (The door of leaves reminding me of Grandmother) (1990), *Chồng chị chồng em* (Her husband, my husband) (1991), *Châm khói* (Set afire) (1995), *Dại yêu* (Tender love) (2000), and *Thơ Đoàn Thị Lam Luyến* (Poems by Đoàn Thị Lam Luyến) (2006).

ĐOÀN THỊ TẢO (1945–) was born and reared in Hải Phòng. Composers have set many of her poems to music. Her works are *Lá rụng* (Falling leaves) (1996) and *Lỡ* (Lost chance) (2001). Her forthcoming books are a collection of poetry, *Chiều thu biển* (Autumn afternoon by the sea), and a collection of short stories, *Huyền thoại người điên* (Legends of the insane).

ĐỖ BẠCH MAI (1951–) was born in Diễn Châu District of Nghệ An Province in central Việt Nam, but her ancestral home is in Nam Định Province in the Red River Delta of northern Việt Nam. Her pen names are Đỗ Bạch, Đỗ Song Văn, and Đỗ Huệ Anh. She grew up in Hải Phòng, graduated with a degree in literature from Hà Nội Teachers University in 1972, taught in Hải Phòng, and then shifted to journalism. In 1981, Đỗ Bạch Mai began to work at *Tuần báo Văn nghệ* (Literature and the arts weekly). She received the 1995–1996 Poetry Prize from *Tuần báo Văn nghệ* (Literature and the arts weekly) and the 2004 Poetry Prize from the Union of Vietnamese Associations for Literature and the Arts. Her published works are *Một lời yêu* (A word of love) (1992), *Năm bông hồng trắng* (Five white roses) (1996), and *Một mình đi trong mưa* (Walking alone in the rain) (2004).

GIÁNG VÂN (1959–) is also known by her full name, Nguyễn Thị Giáng Vân. Her ancestral home is in Nghi Long Commune in Nghi Lộc District of Nghệ An Province in central Việt Nam. She holds a degree in language and literature from Hà Nội University, was editor of a radio program set up to accompany construction of the Hòa Bình Electrical Plant from 1981 until 1987, and since then has been an editor for *Phụ nữ thủ đô* (Women of the capital) newspaper. Musicians have set many of her poems to music to create popular songs. Giáng Vân's published works are *Năm tháng lãng quên* (Forgotten time) (1990) and *Trên những ngày buồn* (On sad days) (1995).

HÀ PHƯƠNG (1950–) comes from Tam Thanh Commune in Vụ Bản District of Nam Định Province in the Red River Delta of northern Việt Nam. Her given name is Đỗ Thị Thanh. She also uses the pen name Đỗ Trúc Anh. Hà Phương graduated with a degree in language from Hà Nội University and, in 1971, walked down the Hồ Chí Minh Trail to the South. She worked undercover for the Women's Union in Sài Gòn and then transferred to a staff position with the District Communist Party Committee, constantly changing her name to protect her secrecy as a liaison runner. Hà Phương joined the staff of the Association of Liberation Writers and Artists in Sài Gòn–Chợ Lớn–Gia Định and became a reporter for *Văn nghệ giải phóng* (Liberation literature and the arts). After 1975, she was an editor for *Văn nghệ giải phóng*. In 1977, she became an editor for Literature and the Arts Publishing House of Hồ Chí Minh City and is currently editor-in-chief of *Nghề báo* (Professional journal). Her published works are *Thành phố này là nỗi nhớ của tôi* (This city is my longing) (1981) and *Giao thừa* (Midnight, Tết Eve) (1995).

HOÀNG THỊ MINH KHANH (1941–) was born in Hà Nội, her ancestral home. At fifteen, she began writing and publishing poetry in local journals and eventually in national journals. In 1959, she joined a special conference for young writers organized by the Việt Nam Writers Association. For a while, she worked in a company processing farm products, then in the health sector, and then as a journalist. Hoàng Thị Minh Khanh was an editor at *Phụ nữ Việt Nam* (Women of Việt Nam) newspaper until her recent retirement. Her works are *Một mùa hoa* (A season of flowers) (with others, 1964), *Tháng Giêng Hai* (Early spring) (with others, 1969), *Bâng khuâng* (Melancholy) (1991), *Đến bao giờ* (Until when) (1992), and *Mùa ổi chín* (Season of ripe guavas) (1996). In recent years, she has published poetry in major newspapers and magazines.

HOÀNG VIỆT HẰNG (1953–) was born and reared in Vân Hồ, a village within Hà Nội. For a while, she was a laborer at the Trần Hưng Đạo Gas Works. At fifteen, Hoàng Việt Hằng began to write poetry and joined a special class for young writers organized by the Việt Nam Writers Association. She graduated from the Hà Nội University of Culture in 1981. In 1993, she switched to journalism and worked for *Du lịch* (Tourism) newspaper. Hoàng Việt Hằng received the 1980–1981 First Prize for Prose given by the Hà Nội Writers Association and the 1996 Poetry Prize from the Union of Vietnamese Associations for Literature and the Arts. She has published several poetry collections: *Tự tay nhóm lửa* (My hands light the flame) (1996), *Chuông vọng* (The echoing bell) (2000), and *Một mình khâu những lặng im* (Alone, I stitch the silences) (2005). In addition,

Hoàng Việt Hằng has published two collections of short stories: *Những lời chưa nói hết* (Words not completely spoken) (1987) and *Ngón nhẫn xinh xinh* (Beautiful ring finger) (1998).

HỒ XUÂN HƯƠNG (c. 1772–c. 1822) was born in Hải Dương Province in northern Việt Nam, but her ancestral home was Quỳnh Đôi Village, Quỳnh Lưu District, Nghệ An Province in central Việt Nam. She spent most of her early years with her mother, was recognized as intellectually gifted, studied little, but loved to write poetry. As an adult, Hồ Xuân Hương lived in a house near Hà Nội's West Lake, which she named "Cổ nguyệt đường" (Ancient moon path). She had a wide circle of acquaintances and friends but a difficult love life and was a second wife in both her marriages. Her first was to Nguyễn Công Hòa, a landlord. Her second was to Trần Phúc Hiển, who had come from the south of the country. The son of an eminent Nguyễn dynasty courtier, he was accused of embezzlement and imprisoned in 1819. Hồ Xuân Hương's extant works appear in two sources. One may have been passed down from when she was alive; it has sixty poems (with more than a hundred drafts) in *Nôm* ideographic Vietnamese script. The second extant source is in old books. Of particular note is *Lưu hương ký* (Fragrance of memory), which was discovered in 1964. That collection contains twenty-four poems in Chinese and twenty-six poems in *Nôm*.

HƠ VÊ (1945–) is from the H'rê ethnic minority group and comes from Di Lăng Commune, Sơn Hà District, Quảng Ngãi Province in central Việt Nam. Her given name is Ngari Vê. She now lives in Quảng Ngãi Provincial Town. After graduating with a degree in literature from the First Teachers University in Hà Nội, Hơ Vê taught school to ethnic minority students in remote areas. In 1992, she received the Second-Level Poetry Prize from the Việt Nam Writers Association. Her poetry collections are *Đóa hoa rừng* (Forest flowers) (1990), *Tất cả cho anh* (Everything for you) (1994), *Pơ lây em mùa xuân* (My Pơ-lây in spring) (1997), and *Khát vọng* (Deep longing) (2001). She has also published a collection of stories, *Truyện cổ dân tộc* (Ethnic minority legends) (2005). Her *Sưu tầm văn hóa dân gian H'rê* (Research on H'rê culture) and *Truyện cổ dân tộc H'rê* (Traditional H'rê legends) are forthcoming.

Huệ Phố (1830–1882) was given the name Nguyễn Tĩnh Hòa at birth; her pen names are Quý Khanh, Dưỡng Chi, and Thường Sơn. She was the thirty-fourth daughter of King Minh Mạng (life: 1791–1841; reign: 1820–1841) and the younger half-sister of Mai Am. Huệ Phố was born and reared in the capital city of Huế in central Việt Nam. Intelligent and conscientious, she was versed in the classics, history, and poetry. She taught others in the palace, was a gifted singer, and set up a women's musical ensemble. Her work appears in *Huệ Phố thi tập* (Collected poems by Huệ Phố), which has four volumes with 216 poems in *Hán* Chinese.

Hương Nghiêm (1945–) was born and reared in Hà Nội; her ancestral home is Quảng Ngãi Province in central Việt Nam, and her real name is Nguyễn Thị Xuân Thảo. She is both a journalist and a poet. Her works are *Ngọn cỏ hương trời* (Blade of grass with heavenly fragrance) (1991), *Bất chợt* (Suddenly) (1994), *Vũng sao chìm* (Deep lagoon) (1996), *Cuộc hành trình một bước* (The journey in one step) (2000), and *Hoa hồng trên đá* (Roses on the stones) (2007).

Khánh Chi (1965–) was born in Hải Phòng; her ancestral home is in Phú Yên Province in northern Việt Nam. Her full name is Nguyễn Khánh Chi. She grew up in an artistic family, was passionate about poetry, and began to write poems when she was six. A child prodigy, she published her first collection, *Gửi gió về cho nội* (Send the wind to my grandparents), when she was thirteen. At twenty, she studied at the Maxim Gorky Writers School in Moscow. She received the 1995 First Prize in Poetry from *Tuần báo Văn nghệ* (Literature and the arts weekly). Khánh Chi has published two poetry collections: *Gửi gió về cho nội* (Send the wind to my grandparents) (1978) and *Những tình yêu và cát* (Loves and sand) (2003). In addition, she has four collections of short stories: *Mảnh trăng côi cút* (Waif-like moon) (1987), *Cô đơn* (Loneliness) (1997), *Mưa bóng mây* (Sudden rain) (2004), and *Đêm hội đom đóm* (Festival of glowworms) (2005). A collection of poems, *Ngày tình yêu trọn vẹn* (The day of love is complete), is forthcoming.

Lâm Thị Mỹ Dạ (1949–) was born and reared in Phú Lai Hamlet, Lộc Thủy Commune, Lệ Thủy District, Quảng Bình Province in central Việt

Nam. She attended the Nguyễn Du School of Writing and Literature in Hà Nội and the Maxim Gorky Writers School in Moscow and is now a literary editor for several publications in Thừa Thiên-Huế Province in central Việt Nam. Lâm Thị Mỹ Dạ received the 1973 First Prize in Poetry from *Tuần báo Văn nghệ* (Literature and the arts weekly), the 1981–1983 Literature Prize of the Việt Nam Writers Association, the 1998 First Prize in Poetry from the Việt Nam Union of Literature and the Arts, and in 2007 received one of the National Awards for Literature and the Arts. Her bilingual *Green Rice* (2005) is the only volume in English of work by a modern Vietnamese woman poet residing in Việt Nam. Lâm Thị Mỹ Dạ's poetry collections are *Trái tim–Nỗi nhớ* (The heart–Longing) (with Ý Nhi, 1974), *Bài thơ không năm tháng* (Poems without time) (1983), *Hái tuổi em đầy tay* (Gathering years to fill my hands) (1990), *Mẹ và con* (Mother and child) (1996), *Đề tặng một giấc mơ* (Dedicating a dream) (1998), and *Hồn đầy hoa cúc dại* (A soul filled with wild chrysanthemums) (2007). She has also published three collections of stories for young people: *Danh ca của đất* (Singers from the land) (1984), *Nai con và dòng suối* (The fawn and the stream) (1986), and *Phần thưởng muôn đời* (A reward forever) (1987).

LÊ GIANG (1930–) was born in Cà Mau Province in the far south of Việt Nam and lives in Hồ Chí Minh City. Her given name is Trần Thị Kim. She took part in the Resistance War Against France and, afterward, went to the North in keeping with the Geneva Accords. She returned on assignment to the South in 1963. At first, she worked in medicine but then switched to literature. For years, Lê Giang, her husband (musician Lư Nhất Vũ), and a team of researchers collected Mekong Delta lullabies and folk songs that would have otherwise been lost. Lê Giang published many works of poetry and research in folk songs gathered from all across the country. Musicians have drawn on her poems to create popular songs. Her poetry collections include *Bông vạn thọ* (Dianthus flowers) (1973), *Sắc trăng* (Moon colors) (1977), and *Ơi anh chàng hát rong* (Oh, you itinerant singer) (1985).

LÊ HOÀNG ANH (1952–) was born in Tuyên Quang Province of northern Việt Nam; her ancestral home is in Đồng Tháp Province in the Mekong Delta of southern Việt Nam. Lê Hoàng Anh graduated from Hồ Chí

Minh City University with degrees in literature and history and earned a master's degree in history. She teaches at the Bình Triệu Consultation Center for people recovering from drug addiction. Her published works of poetry are *Những bài ca về biển* (Songs about the sea) (1992), *Hoa lưu ly* (Forget-me-nots) (1992), *Ký ức xanh* (Blue memories) (1995), *Lời yêu trong lá* (Words of love in the leaves) (2002), and *Gió xanh* (A fresh wind) (2003). She has published two collections of essays and research: *Trò chuyện với văn nghệ sĩ* (Conversations with writers and artists) (2000) and *Nhà thơ qua thơ* (Poets through their poetry) (2006).

LÊ NGỌC HÂN (1770–1799) was the twenty-first daughter of King Lê Hiển Tông (life: 1716–1786; reign: 1740–1786). Her homeland was in Phù Ninh Village, Từ Sơn District of Bắc Ninh Province in northern Việt Nam. Lê Ngọc Hân was skilled in classics and history and gifted in writing poetry and prose. In 1786, Nguyễn Huệ brought his troops to the North to exterminate the Trịnh lords controlling the Lê dynasty. The king gave Lê Ngọc Hân, then sixteen, in marriage to Nguyễn Huệ, who took her to Huế. In 1788, Nguyễn Huệ assumed the throne as king before leaving for the North a third time to conquer the Thanh Chinese troops. He took the name of King Quang Trung and conferred on Lê Ngọc Hân the title, "Queen of the Palace on the Right." In 1789, after his military victory over the Thanh, King Quang Trung conferred on Lê Ngọc Hân the higher title, "Queen of the Palace of the North." The king died suddenly in 1792, leaving Lê Ngọc Hân with two small children. Only a few of her poems have survived.

LÊ THỊ KIM (1950–) was born at Cửa Tiền in Thanh Hóa Province in central Việt Nam. Her given name is Lê Thị Ngà. She graduated from the University of Science in Sài Gòn with a degree in chemistry in 1976 and is currently a chemical engineer employed at the Việt Nam Institute of Science in Hồ Chí Minh City. Lê Thị Kim is also an artist and coordinator for the Ngân Hà Club of Women Artists; she has had individual exhibitions in Hồ Chí Minh City and the United States and has sold her paintings both domestically and internationally. Lê Thị Kim began to write poetry in 1978 and received the 1979 First Prize in Poetry from *Tuần báo Văn nghệ* (Literature and the arts weekly). Composers have set more than sixty of her poems to music. Her published works are *Thành phố Tháng tư* (The city in April) (with others, 1984), *Khi tình yêu đến* (When love arrives) (1989), *Đóa quỳ hư ảo* (An illusive sunflower) (1990), and *Sương mù thành phố* (City mist) (1997). During recent years, she has published poetry in newspapers and magazines.

LÊ THỊ MÂY (1949–) was born in Đồng Hới Provincial Town, Quảng Bình Province in central Việt Nam, but her family's homeland is in Quảng Trị Province, also in central Việt Nam. Her given name is Phạm Thị Tuyết Bông, and her other pen name is Phạm Tuyết Hoa. She finished school and joined the Youth Volunteers during the U.S.-Việt Nam War and began to write journalism in 1970. After 1975, she studied at the Nguyễn Du School of Writing and Literature in Hà Nội. Her collection, *Tặng riêng một người* (For just one person), won the 1990 First Prize in Poetry from the Việt Nam Writers Association, and in 2007 she received one of the National Awards for Literature and the Arts. Lê Thị Mây has eight poetry collections: *Những mùa trăng mong chờ* (Moon seasons of waiting) (1980), *Dịu dàng tuổi ba mươi* (Gentle thirties) (1990), *Tặng riêng một người* (For just one person) (1990), *Một mình* (Alone) (1990), *Giấc mơ thiếu phụ* (A woman's dream) (1996), *Du ca cây lựu tình* (Love songs of pomegranates) (1996), and *Khúc hát buổi tối* (Night song) (1999). She has also written five works of prose: *Trăng trên cát* (Moon on the sand) (1987), *Phố hoa cưới* (Street of wedding flowers) (1992), *Mưa ngâu* (Rain in the seventh lunar month) (1994), *Huyết ngọc* (Ruby) (1998), *Bìa cây gió thắm* (Line of trees in a distant wind) (1999), and a collection with a repeated title but with contents, *Những mùa trăng mong chờ* (Moon seasons of waiting) (2002). She has published her most recent poems in nationwide magazines and newspapers.

LÊ THỊ MỸ Ý (1978–) was born in Huế in central Việt Nam. Her ancestral home is Đồng Hới Town in Quảng Bình Province, also in central Việt Nam. After earning a degree in literature at Huế Teachers University, she stayed on to teach for two years. In 2003, she shifted to freelance journalism. Her published works are a collection of poems, *Khi em mười chín* (When I was nineteen) (1996), and a collection of short stories, *Mùa cỏ ngắn* (Season of slender grass) (2005). Her forthcoming book of poems is *Những cội cây đã chết* (Forests that have died).

Lê Thị Ỷ Lan (1044–1117), whose real name and birthplace are unknown, was the first royal concubine of King Lý Thánh Tông (life: 1023–1072; reign: 1054–1072) and the mother of King Lý Nhân Tông (life: 1066–1128; reign: 1072–1128). She came from Thổ Lỗi Village in Bắc Giang Province in an area now part of Dương Xá Commune, Gia Lâm District, Hà Nội. According to legend, one day King Lý Thánh Tông was on an inspection tour. A group of girls harvesting mulberry ran out to see the king, but one girl stood off by herself, singing as she leaned against a branch of orchids. The king found this entrancing, summoned the girl, and decided to take her home as his wife. He gave her the name Ỷ Lan ("taking advantage of the orchids"). Lê Thị Ỷ Lan participated in court political matters and managed affairs in the capital when her husband was away at war. She was attracted to Buddhism, built a pagoda, and organized discussion groups on Buddhism. Lê Thị Ỷ Lan's extant work is one *kệ* (a Buddhist song versified like a Sanskrit *gatha*) written in Chinese.

Lệ Thu (1940–) is from Tuy Phước District in Bình Định Province in central Việt Nam. Her full name is Trần Lệ Thu. She graduated in literature from the Hà Nội University in 1964 and has worked as a journalist in addition to writing poetry. Lệ Thu was a representative in the National Assembly from 1992 to 1997. Her published poetry collections are *Xứ sở loài chim yến* (Homeland of the canaries) (1980), *Niềm vui của biển* (Joys of the sea) (1983), *Hương gửi lại* (Remaining fragrance) (1990), *Nguyện cầu* (Prayers) (1991), *Chân dung tình yêu* (Portrait of love) (1996), *Khoảng trời thương nhớ* (Sky of longing) (2000), *Tri kỷ* (Close friend) (2000), and *Mây trắng* (White clouds) (2005).

Ly Hoàng Ly (1975–) was born in Hà Nội. Her ancestral home is in Bắc Ninh Province in northern Việt Nam, and her given name is Hoàng Ly. She graduated from the Hồ Chí Minh City School of Literature and the Arts and shifted into painting, in particular with oils. She has had several individual exhibitions in Việt Nam and the United States and has also given poetry readings in both Việt Nam and overseas. Several of her poems have been translated into English, French, and Chinese. Ly Hoàng Ly has received prizes for her poetry from *Người lao động* (Laborers) and *Tuổi trẻ* (Youth) newspapers in Hồ Chí Minh City. Her published collections are *Cỏ trắng* (White grass) (1999) and *Lô Lô* (Lo Lo, 2005).

MAI AM (1826–1904), was the twenty-fourth daughter of King Minh Mạng (life: 1791–1841; reign: 1820–1841) of the Nguyễn dynasty (1802–1945) and the younger sister of poets Miên Thẩm and Miên Trinh. She was given the name Nguyễn Trinh Thận at birth, while her pen names are Thúc Khanh and Nữ Chi. She lived in Huế, then the capital, and had the chance to study. Mai Am wrote *Diệu Liên thi tập* (Collected poems of Diệu Liên) (1867), which includes 227 poems in Chinese. At first, Mai Am's writing employed themes common in poems written in Chinese, but she later developed a genuine sympathy with the peasants' hardships and took a strong stand against the French invasion.

MAI ĐÌNH (1917–1999) was born in Nông Cống District, Thanh Hóa Province in central Việt Nam. Her given name is Lê Thị Ngọc Mai. She grew up in a feudalistic Confucian family and was infatuated with poetry, took the pen name Mai Đình at age fourteen, and submitted her first poems to newspapers. Mai Đình was closely associated with the New Poetry Movement and was particularly close to Hàn Mặc Tử (1912–1940), the famous romantic poet who died early from Hansen's Disease. The two explored their relationship in *Đôi hồn* (Two souls), which they wrote in 1937 but which Mai Đình did not publish until 1992, the fifty-fifth anniversary of Hàn Mặc Tử's death. Her other collection is *Lòng gái Việt* (A Vietnamese girl's heart) (1947).

MỘNG TUYẾT (1914–) was born and reared in Mỹ Đức Village, Hà Tiên Town, Kiên Giang Province in southwestern Việt Nam. Her given name is Lâm Thái Úc; her other pen names include Hà Tiên Cô, Thất Tiểu Muội, Nàng Út, Bách Thảo Sương, and Bân Bân. In 1926, she studied literature at the Moral Intelligence School set up by poet Đông Hồ and received the 1940 Self-Reliance Literary Society Poetry Prize. She and Đông Hồ married, took part in the 1945 August Revolution and the Resistance War Against France. In 1995, Mộng Tuyết returned to Hà

Tiên. There, she set up an archive of Đông Hồ's work at the old Moral Intelligence School. Her published works of poetry are *Phấn hương rừng* (Fragrant forest pollen) (1940), *Hương xuân* (Spring fragrance) (with others, 1943), *Dưới mái trăng non* (Under the new moon) (1969), and *Gầy hoa cúc* (Thin chrysanthemums) (1996). Her prose works are *Bông hoa đua nở* (A blossom in bloom) (1930), *Đường vào Hà Tiên* (The road to Hà Tiên) (with Đông Hồ, 1960), *Nàng Ái Cơ trong chậu úp* (Ái Cơ in the overturned tea cup) (1961), and a memoir in three volumes, *Núi Mộng gương Hồ* (Mộng Tuyết's efforts and Đông Hồ's example) (1998).

NGÂN GIANG (1916–2002) was born and reared in Hà Nội. Her given name is Đỗ Thị Quế. She began writing poetry at the age of six and published her first poem in a newspaper when she was nine. At thirteen, she began to write for a large newspaper, *Trung Bắc Tân Văn* (New literature in the Mid-North). In 1937, Ngân Giang left Hà Nội for Sài Gòn and worked as a journalist for six months but then returned to Hà Nội, where she published both prose and poetry in newspapers. Ngân Giang combined her literary work with activities in the Việt Minh Revolutionary Front. The Japanese imprisoned her in 1940. Released, she took part in the 1945 August Revolution and the Resistance War Against France. After peace in 1954, she worked at the Hà Nội Department of Culture. Ngân Giang wrote poetry for nearly eighty years and left behind over 4,000 poems. Her collections include *Vịnh Kiều* (Honoring Kiều) (1927), *Những người sống mãi* (Those who live forever) (with others, 1930), *Giọt lệ xuân* (Spring tears) (1931), *Tiếng vọng sông Ngân* (Echoes from the Milky Way) (1944), *Thơ Ngân Giang* (Poems by Ngân Giang) (vol. 1, 1990; vol. 2, 1994; vol. 3, 1998), and *Lấp lánh sông trời* (Glitter from the Milky Way) (2006). In 1994, Ngân Giang received the First Poetry Prize from the Việt Nam Association for Literature and the Arts.

NGÂN HOA (1969–) comes from Hà Nội. Her full name is Nguyễn Thị Ngân Hoa. She earned a doctorate in language and literature and is a lecturer in foreign language arts in the Department of Literature at the Hà Nội Teachers University. Ngân Hoa has published two poetry collections, *Cánh đồng* (The field) (1996) and *Thời trang mới* (New fashion) (2004), as well as a book of research, *Phân tích phong cách ngôn ngữ trong tác phẩm văn học* (Analysis of language style in literary works) (with others, 2004).

NGHIÊM THỊ HẰNG (1955–) was born and reared in Hà Nội. She was a soldier on the Hồ Chí Minh Trail during the U.S.-Việt Nam War. Afterward, she joined Radio Voice of Việt Nam as an announcer, studied at the Nguyễn Du School of Writing and Literature in Hà Nội, and is currently a journalist with *Nông nghiệp Việt Nam* (Vietnamese agriculture) newspaper. Composers have set more than a hundred of her poems to music. Her published works are *Mưa mùa thu* (Rains in autumn) (1990), *Lời tỏ tình của biển* (The sea's words of love) (1996), and *Bài hát xanh* (Fresh songs) (1999). Her collection, *Thành phố tuổi ngàn năm* (City of a thousand years), is forthcoming.

NGÔ CHI LAN (15th century) came from Phù Lỗ Village in Kim Anh District, Phúc Yên Province, now on the outskirts of Hà Nội. She married poet Phù Thúc Hoành, who lectured at the Royal College and was subsequently promoted to the Academy of Scholars. Ngô Chi Lan was famous for composing couplets. King Lê Thánh Tông (life: 1442–1497; reign: 1460–1497) appointed her as the woman scholar at court, where she taught ethics, morals, rites, and poetry to palace staff. Ngô Chi Lan left behind only one anthology of poetry, *Mai trang tập* (Collection of poetry from the apricot garden), which was subsequently lost. Her only known extant works are two poems in Chinese written in five-word lines and recorded in *Trích diễm thi tập* (Anthology of poetry), one set of lines from four poems in seven-word lines found in *Truyền kỳ mạn lục* (Legends from the sixth region), and a poem about Vệ Linh Mountain in quatrains of seven-word lines that appears in *Lĩnh Nam trích quái* (Collection of strange tales of Lĩnh Nam).

NGUYỄN BẢO CHÂN (1969–) was born in Thanh Hóa Province in central Việt Nam. Her ancestral home is Hà Nội. Nguyễn Bảo Chân graduated with a degree in editing and writing from the Hà Nội University for Theater and Film. She is currently an editor in the Literature and Arts Department of Việt Nam Television. Her collections are *Dòng sông cháy* (Burning river) (1994) and *Chân trần qua vệt rét* (Passing through a chilly time) (1999).

NGUYỄN NHƯỢC THỊ (1830–1909), also known as Nguyễn Thị Bích and Nguyễn Nhược Thị Bích, came from Lang Hoàn Village in An Phước District in Ninh Thuận, now part of Bình Thuận Province in southern Việt Nam. (Some documents say that she came from Phúc Yên Village in Quảng Điền District in present-day Thừa Thiên-Huế Province in central Việt Nam.) Her father, a provincial mandarin, was invited to the palace to serve in the upper chamber in 1848. Because of her scholarship, Nguyễn Nhược Thị rose in status in the palace until she became a Person of Fame in 1868. She taught Prince Ưng Đăng (later, King Kiến Phúc, life: 1870–1884, reign: 1883–1884) and Prince Ưng Biện (later, King Đồng Khánh, life 1864–1888; reign: 1885–1888) and helped prepare royal edicts for Mme. Từ Dũ (the mother of King Tự Đức [life: 1829-1883; reign: 1847-1883]) and Mme. Trang Ý (the wife of King Tự Đức) . Her extant work is *Loan dư hạnh Thục quốc âm ca* (called *Hạnh thục ca*—Chant of Redemption) written in *Nôm*, with 1,018 lines (some versions have 1,036 lines) in six-eight meter.

NGUYỄN THỊ ĐIỂM BÍCH (end of the 13th–the 14th century) is described in the 14th-century *Tam tổ thực lục* (Royal annals) as the daughter of a poor woman from the Nguyễn clan in Hoạch Trạch Village, Đường An District on the Hồng Châu Road in present-day Hải Dương Province. Her father is depicted as a man whom her mother "met in the middle of the road." His name is not known. A rich and influential family in the village adopted Nguyễn Thị Điểm Bích. Later, she became a concubine for King Trần Anh Tông (life: 1276–1320; reign: 1293–1314). She was particularly talented in writing poetry in *Nôm* Vietnamese ideographic script. Only one of her poems is extant.

NGUYỄN THỊ HINH (Bà Huyện Thanh Quan) (19th century) came from Nghi Tàm Ward in Vĩnh Thuận District on West Lake in what is now Hà Nội's Tây Hồ District. Since her husband was Lưu Nguyên Ôn (1804–1847), the district chief for Thanh Quan District in what is now Thái Bình Province, she became known as Bà Huyện Thanh Quan (Wife of the Thanh Quan District Chief). King Minh Mạng (life: 1791–1841; reign: 1820–1841) invited her to teach his concubines and princesses. Fewer than ten of her poems remain. Most were written in *Nôm* ideographic Vietnamese script and used prosody from the T'ang Chinese dynasty (618–907).

NGUYỄN THỊ HỒNG (1948–) was born in Yên Bái Province in northern Việt Nam, although her family came from Thái Bình Province also in northern Việt Nam. She lived in the mountains when she was small, earned a degree in literature from Hà Nội University, and was an editor of literature for the Women's Publishing House for thirty years. She received the five-year prize from the Hà Nội Literature and the Arts Association for *Em ra đi* (Leaving). Her published works are *Em ra đi* (Leaving) (1990), *Gọi thu* (Calling autumn) (1992), *Biển đêm* (Night sea) (1996), *Những bông hoa thiên sứ* (Angel blooms) (2001), and *Cuộc bàn giao vĩnh cửu—Hồn khèn* (Eternal exchanges—Panpipe souls) (2004).

NGUYỄN THỊ HỒNG NGÁT (1950–) comes from Hưng Yên Province in the Red River Delta of northern Việt Nam. She finished her studies at the central-level School of Theater in 1968 and became a performer in the Chèo (Traditional Opera) Theater. During the U.S.-Việt Nam War, she performed for North Vietnamese troops in South Việt Nam. Nguyễn Thị Hồng Ngát studied editing at the Film School in Moscow in 1987 and has written a number of scripts for both the theater and films, for which she has received many awards. She began to publish poetry in 1970 and earned the 1973–1974 Encouragement Prize from *Tuần báo Văn nghệ* (Literature and the arts weekly). Her published works are *Trái cam vàng* (The golden orange) (with others, 1973), *Thơm hương mái tóc* (The fragrance of hair) (with others, 1983), *Nhớ và khát* (Longing and thirst) (1984), *Ngôi nhà sau cơn bão* (The house after the storm) (1991), *Bài ca số phận* (Song of fate) (1993), *Biển đêm* (Night sea) (1996), *Bâng khuâng chiều* (Afternoon melancholy) (2000), *Thơ Nguyễn Thị Hồng Ngát* (Poetry by Nguyễn Thị Hồng Ngát) (2003), *Gió thổi tràn qua mặt* (Wind blowing across one's face) (2007). She has also published prose, including a novel, *Hai lần sống một mình* (Living alone twice) (1990) and two collections of short stories, *Người muôn năm cũ* (The man as before) (1994) and *Chuyện của cu Minh* (The story of Little Minh) (1997).

NGUYỄN THỊ LỘ (1398–1442), known to her family and to fellow villagers as Gấm, came from what is now Hải Triều Village in Tân Lễ Commune, Hưng Hà District of Thái Bình Province in the Red River Delta of northern Việt Nam. Her husband was Nguyễn Trãi, the famous poet, scholar, military strategist, and statesman. King Lê Thái Tông (life: 1423–1442; reign: 1433–1442) was very fond of her. The king died mysteriously the day after he visited Nguyễn Trãi and Nguyễn Thị Lộ at Nguyễn Trãi's retreat in Côn Sơn, Hải Dương Province. Nguyễn Thị Lộ was accused of regicide. Both she and Nguyễn Trãi were executed in 1442. In 1462, King Lê Thánh Tông (life: 1442–1497; reign: 1460–1497) rehabilitated the reputations of Nguyễn Trãi and Nguyễn Thị Lộ. These two poets were famous for reciting extemporaneous poems to each other. "Poem for Esteemed Nguyễn" is the only extant poem written by Nguyễn Thị Lộ for Nguyễn Trãi.

NHÀN KHANH (c. 1854–?) came from Vân Đình District Town in Ứng Hòa District of Hà Tây Province. She was the younger sister of two officials, Dương Khuê (1830–1902) and Dương Lâm (1851–1920), who were also well-known poets. Her poems appeared in *Nam phong* (The south) magazine and were chosen for *Văn đàn bảo giám* (Literary discussions). She published a collection, *Nhàn Khanh thi* (Collected poems by Nhàn Khanh) (date unknown).

PHẠM HỒ THU (1950–) was born and grew up in Gia Lâm, a district of Hà Nội. Her given name is Phạm Thị Sửu. During the U.S.-Việt Nam War, she was a journalist on the revolutionary side in the South. She began writing poetry in 1986 and received the 1989–1990 First Prize in Poetry from *Tuần báo Văn nghệ* (Literature and the arts weekly). In 2001, she received the First Prize in Poetry from the Union of Vietnamese Associations for Literature and the Arts for her collection, *Quà tặng* (The gift). Her published works are *Quà tặng* (The gift) (2001) and *Chiều Trương Chi* (Trương Chi's afternoon) (2004).

PHẠM THỊ NGỌC LIÊN (1952–) was born in Hà Nội; her ancestral home is in Hưng Yên Province in the Red River Delta of northern Việt Nam. She lives in Hồ Chí Minh City. Phạm Thị Ngọc Liên studied at the University of Letters and at Hồ Chí Minh City University. She is currently a journalist with *Tiếp thị và Gia đình* (Marketing and family). She received the 1987 First Prize in Poetry from *Văn nghệ thành phố Hồ Chí Minh* (Literature and the arts of Hồ Chí Minh City) newspaper and the 1989–1990 First Prize in Poetry from *Văn nghệ Quân đội* (Army literature and the arts) magazine. Her published poetry collections are *Những vầng trăng chỉ mọc một mình* (Moons rise alone) (1989), *Biển đã mất* (The sea is lost) (1990), *Em muốn dang tay giữa trời mà thét* (I want to raise my hands to the sky and scream) (1992), and *Thức đến sáng và mơ* (Awakening to light and dreams) (2004). She has also published a collection of short stories, *Có một nửa mặt trăng trong mặt trời* (A half moon in the sun) (2000). Her poetry collection, *Liên ngàn ngày* (Liên for a thousand days), is forthcoming.

PHAN HUYỀN THƯ (1972–) began performing with her parents, who are musicians, when she was quite young. She graduated with a degree in literature from Hà Nội University and received the 1997 Poetry Prize from *Sông Hương* (Perfume River) magazine. She is currently a poet, actress, and script editor for the central-level Documentary and Scientific Film Studio and is creating for Việt Nam Television the first five of one hundred historical cartoons that will air in 2010 to celebrate the 1,000th anniversary of Hà Nội. Phan Huyền Thư is among the modern, mobile-phone-generation poets who compose their text messages to fellow poets in verse. Her published works are *Nằm nghiêng* (Lying on one side) (2002) and *Rỗng ngực* (Hollow breast) (2005).

PHAN THỊ THANH NHÀN (1943–) was born and reared in Hà Nội, earned a degree in journalism at the School for Political Education, attended additional classes for young prose writers, and studied at the Maxim Gorky Writers School in Moscow. In 1969, she won the Second Prize for Youth in the *Tuần báo Văn nghệ* (Literature and the arts weekly). She has received two top-level prizes from the Hà Nội Union of Writers and Artists and in 2007 was among those chosen for the National Award in Literature and the Arts. Her published works of poetry are *Tháng Giêng Hai* (Early spring) (with others, 1969), *Hương thầm* (Hidden perfume) (1973), *Chân dung người chiến thắng* (Portrait of a victor) (1977),

Bông hoa không tặng (A flower not given) (1987), *Nghiêng về anh* (Leaning toward you) (1992), and *Bài thơ cuộc đời* (Poems from a life) (1999). She has published six collections of prose and five works for children.

PHI TUYẾT BA (1946–) is from Hoài Đức District in Hà Tây Province of northern Việt Nam. Her full name is Phí Thị Tuyết Ba. Composers have set many of her poems to music. "Trăng khuyết" (Waning moon) is a particular favorite. Phí Tuyết Ba is a lecturer in mathematics and informatics and has also published five poetry collections: *Lời tình yêu* (Words of love) (1991), *Lỗi tại trái tim* (Mistakes of the heart) (1992), *Mimôza* (Mimosa) (1996), *Sóng thời gian* (Waves of time) (2000), and *Quà tặng* (The gift) (2004).

SONG HÀO (1951–) is also known Tường Vi, Nguyệt Quế, and Quỳnh Tương; her given name is Lê Thị Tố Lan. She was born in An Bình Commune, Long Hồ District of Vĩnh Long Province in the Mekong Delta of southern Việt Nam. While in high school, she sent stories to the newspaper and used the pseudonym Quỳnh Tương to publish her first short story in a revolutionary newspaper. She joined the resistance during the U.S.-Việt Nam War and wrote and edited for Vĩnh Long Province's revolutionary literary magazine, *Đất thép* (Steel land). After the war, she worked at the Literature and the Arts Association of Vĩnh Long Province. Composers have set many of her poems to music. Her published works are *Khoảng trời nhiều gió* (Sky with many winds) (1983), *Dòng sông của em* (My river) (1983), *Bên dòng sông chín nhánh* (By the Mekong) (with others, 1993), *Tiếng sóng* (Sounds of waves) (1997), and *Thường tình* (The usual) (1999).

SƯƠNG NGUYỆT ANH (1864–1921) was born in An Bình Đông Village, now An Đức Commune in Ba Tri District, Bến Tre Province in southern Việt Nam as the fifth child of the famous blind poet, Nguyễn Đình Chiểu. Her given name is Nguyễn Xuân Khuê. She learned *Hán* Chinese from her father, married in 1888, and had a daughter. After her husband died, she earned a living by teaching. In 1917, she was editor-in-chief of *Nữ Giới Chung* (Sound of the women's bell), the first women's newspaper, which was published in Sài Gòn. The newspaper closed a year later because the founders thought they needed a simpler, more accessible publication. Sương Nguyệt Anh returned to teaching *Hán*. Eye disease soon left her blind. She died in her home village and was buried alongside her parents. Her poems were published primarily in *Sound of the Women's Bell*.

THANH NGUYÊN (1960–) was born in Long An Province in southern Việt Nam; her ancestral home is in An Giang Province, also in the south. Her full name is Lê Thanh Nguyên. In 1976, she became famous because of her poem "Thành phố tháng tư" (The city in April). She has published three poetry collections: *Có khi nào nhớ* (There was a time of longing) (1986), *Khúc gọi tình 2* (Calling love 2) (1996), and *Quán bạn* (A place of friends) (2002).

THU NGUYỆT (1963–) is also known by her full name, Nguyễn Thị Thu Nguyệt. Her ancestral home is in Cao Lãnh District of Đồng Tháp Province in the Mekong Delta of southern Việt Nam. Thu Nguyệt is both a poet and a journalist and currently works for *Tuổi Trẻ* (Youth) newspaper in Hồ Chí Minh City. She received the First Prize in Poetry from *Văn nghệ thành phố Hồ Chí Minh* (Literature and the arts of Hồ Chí Minh City). Her collections are *Điều thật* (True things) (1992), *Ngộ* (Growing alive) (1997), *Cõi lạ* (Strange world) (2000), *Hoa cỏ bên đường* (Roadside wildflowers) (2002), and *Theo mưa* (Following the rain) (2006).

THÚY BẮC (1937–1996) grew up in Nghệ An Province of central Việt Nam. She graduated from the Việt Nam School of Industrial Arts and from the first class in the Việt Nam School of Film. Thúy Bắc wrote screen plays, worked as a film editor, and as an instructor at the Nguyễn Du School of Writing and Literature in Hà Nội while simultaneously writing poems, novels, and stories. She received the 1965 Encouragement Prize from *Tuần báo Văn nghệ* (Literature and the arts weekly) for "Mỗi bận ra đi" (Each time they leave). Her poetry collections are *Tiếng trầm* (The baritone) (1967), *Hoa trắng* (White flowers) (1977), *Nỗi đau không lành* (Pain never cured) (1990), *Đau cùng ngọn lửa* (Pain with flames) (1992), and *Một niềm yêu* (A love feeling) (1996). Thúy Bắc wrote three books for children: *Trước ngôi nhà Hộ mệnh* (In front of the tutelary god's house) (1992), *Gió phía rặng Bồ Đề* (Wind from the row of Bodhi trees) (1993), and *Hôn lễ trắng* (White wedding) (1995).

TRẦN KIM HOA (1966–) uses the pen name Hà Châu. Her ancestral home is in Thạch Vĩnh Commune, Thạch Hà District of Hà Tĩnh Province in central Việt Nam. In 1988, she began teaching at the Hà Nội Senior-Level School for Judicial Investigators and then in 1995 moved into journalism; she currently works for *Phụ nữ thành phố Hồ Chí Minh* (Women of Hồ Chí Minh City) newspaper. She has published three poetry collections: *Nơi em về* (The place where I return) (1990), *Quá khứ chân thành* (Heartfelt bygones) (1998), and *Lối tầm xuân* (The sweetbriar rose path) (2003). Her collection of stories is *Họa mi năm ngoái* (Last year's nightingale) (2006).

TRẦN MỘNG TÚ (1943–) was born in Hà Đông near Hà Nội, and grew up in Hà Nội and Hải Phòng. She went to Sài Gòn in 1954 and worked as a secretary with the Associated Press from 1968 until 1975. In April 1975, she left for the United States and began to write journalism, prose, and poetry. Her poetry collections are *Thơ Trần Mộng Tú* (Poems by Trần Mộng Tú) (1990), *Để em làm gió* (Let me be the wind) (1996), *Ngọn nến muộn màng* (The belated candle) (2005), and *Mưa Sài Gòn Mưa Seattle* (Sài Gòn rain, Seattle rain) (2006). Her story collections are *Câu chuyện của lá phong* (Stories of a maple leaf) (1994) and *Cô rơm và những truyện ngắn khác* (Miss Straw and other stories) (1999). Her *Thơ tuyển Trần Mộng Tú* (Selected poems by Trần Mộng Tú) is forthcoming.

TRẦN THỊ KHÁNH HỘI (1957–) was born in Hà Nội, graduated with a degree in language and literature from Hà Nội University in 1979, received the 1986 Poetry Prize from the Writers Association of Hồ Chí Minh City, and writes for *Phụ nữ Thành phố Hồ Chí Minh* (Women of Hồ Chí Minh City) newspaper. She has published *Thơ tình sẽ gửi* (Love poems will be sent) (1990), *Bày tỏ* (Expressions) (with others, 1993), *Đồng vắng* (Resound from afar) (with others, 1994), *Như một lời thơ than* (Like a lament) (with others, 1995), *Vội vàng tháng giêng* (January haste) (with others, 2003), and *Thơ tuyển Trần Thị Khánh Hội* (Poems by Trần Thị Khánh Hội) (2007).

TRẦN THỊ MỸ HẠNH (1945–) was born in Hà Nội, studied at the School of Industrial Engineering, worked as an electrician, and graduated in journalism from the School for Political Education. She was corecipient of the 1969 Encouragement Prize from *Tuần báo Văn nghệ* (Literature and the arts weekly) and in 1974 received the Labor Union First Prize for a book published between 1969 and 1973 on the theme of workers. Her works are *Áo đồng lầm* (The blouse with paddy mud) (with others, 1975), *Sắc than* (Colors of coal) (1980), *Thơm hương mái tóc* (The fragrance of hair) (with others, 1983), *Gặp lại mình* (Meeting myself again) (1989), *Sợi thời gian* (The thread of time) (1995), *Nơi không có em* (A place without me) (1998), and *Người giữ lửa* (The one tending the fire) (2002). Her forthcoming work is *Tình yêu của tôi* (My love).

TRẦN THỊ TUỆ MAI (1928–1983) also used Tuệ Mai Trần Gia as a pen name. Her given name is Trần Thị Gia Minh. She was born in Hà Nội and began writing poetry at the age of ten. In 1966, she received the Literary Prize in South Việt Nam for *Không bờ bến* (Without limits). Her published works are *Thơ Tuệ Mai* (Poetry by Tuệ Mai) (1962), *Không bờ bến* (Without limits) (1964), *Như nước trong nguồn* (Like water at its source) (1968), *Trên nhánh sông mưa* (The river in rain) (1970), *Bay nghiêng vòng đời* (Flying at a tangent to life's circle) (1971), *Về phía trời xanh* (Toward the blue sky) (1971), and *Suối mây hồng* (Stream of pink clouds) (1973).

TRƯƠNG THỊ KIM DUNG (1956–) was born in Hà Nội, although her ancestral home is in Bắc Ninh Province in northern Việt Nam. Her given name is Trương Thị Kim. She graduated with a degree in literature from Hà Nội University in 1978 and is currently secretary of the editorial board of *Báo Phụ nữ thủ đô* (Women of the capital) newspaper. Her poems have appeared in many newspapers, magazines, and anthologies in Việt Nam and have been translated and published in Japan and Canada.

T.T.KH (20th century) is shrouded in mystery. After issue No. 174 of *Tiểu thuyết thứ bảy* (Saturday novels magazine) published *Hoa tigôn* (Queen's wreath) in Hà Nội on 27 September 1937, a young woman about twenty years old brought the editor a sealed envelope. Once she had left, the editorial board opened the envelope and found the poem, "Hai sắc hoa tigôn" (Queen's wreath in two colors) under the name T.T.KH. "Queen's Wreath in Two Colors" was first published at the end of 1937. Following that, T.T.KH contributed three more poems: "Bài thơ thứ nhất" (First poem), "Đan áo cho chồng" (Knitting a sweater for my husband), and "Bài thơ cuối cùng" (Last poem). These four poems—the extent of T.T.KH's known work—still raise this question for Vietnamese poets and readers: Who is T.T.KH?

TUYẾT NGA (1958–) lives and works in Hà Nội; her ancestral home is in Nghệ An Province in central Việt Nam. She has received a number of prizes for her poetry, including the 1993 First Prize in Poetry from the Union of Vietnamese Associations for Literature and the Arts and the 2002 First Prize in Poetry from the Việt Nam Writers Association. Her published works are *Hương thơm cỏ vắng* (Fragrance from the expanse of grass) (with others, 1986), *Viết trước tuổi mình* (Written before my years) (1993), *Ảo giác* (Illusions) (2002), and a book of criticism, *Bổ sung—Văn xuôi Nguyễn Khải* (Supplement—The prose of Nguyễn Khải) (2004).

TƯƠNG PHỐ (1897–1973) was born in Bắc Giang Province in northern Việt Nam, but her ancestral home was Hưng Yên Province, also in northern Việt Nam. Her given name is Đỗ Thị Đàm. Tương Phố studied Chinese and *Nôm* ideographic Vietnamese script with her father and showed an early talent for literature. Tương Phố's works include *Giọt lệ thu* (Autumn tears) (1928), *Một giấc mộng* (A dream) (1928), *Mối thương tâm của người bạn gái* (A girl friend's rent heart) (1928), *Bức thư rơi* (Fallen letter) (1929), *Tặng bạn chán đời* (For a friend tired of living) (1929), *Tái tiểu sầu ngâm* (A story soaked in sadness) (1930), *Khúc thu hận* (Autumn resentment) (1931), and *Mưa gió sông Tương* (Storms on Tương River) (1960). She also wrote a book of poems for children, *Trúc mai* (Friendship) (1967).

VÂN ĐÀI (1903–1964) began writing poems early and published them in *Phụ nữ tân văn* (New women's literature) newspaper, *Phụ nữ thời đàm* (Women's current events) newspaper, and *Ngày nay* (Today) newspaper. She joined the army after the 1945 August Revolution and took part in the Resistance War Against France. After peace in 1954, Vân Đài worked at *Phụ nữ Việt Nam* (Women of Việt Nam) newspaper, was a member of the Executive Committee of the Việt Nam Union for Literature and the Arts and a member of the Executive Committee of the Việt Nam Writers Association. Her major works are *Hương xuân* (Spring fragrance) (with others, 1943), *Về quê mẹ* (Returning to my mother's ancestral home) (1960), and *Mùa hái quả* (Fruit harvesting season) (1966). Her prose work includes *Thanh lịch* (Elegance) (1943).

Vi Thùy Linh (1980–) was born and reared in Hà Nội. Her ancestral home is Trùng Khánh District of Cao Bằng Province. She graduated from the Journalism Department of the Political Institute. Vi Thùy Linh writes journalism, prose, and poetry. Her translated work has been published in *Europe Action Poetique* (European poetic action) in France, in *Thi Binh* (a Korean magazine), and in *New American Writing* (2005) in the United States. Vi Thùy Linh has published the following poetry collections: *Khát* (Thirst) (1999), *Linh* (Linh) (2000), and *Đồng Tử* (Pupils of the eye) (2005). Her collection, *Đồng dao Linh* (Linh's children's songs), is forthcoming.

Xuân Quỳnh (1942–1988) came from La Khê Village in Hoài Đức District of Hà Tây Province. Her full name is Nguyễn Thị Xuân Quỳnh. In 1955, she joined a central-level dance company and also began to write poetry. By 1963, she was an editor at *Tuần báo Văn nghệ* (Literature and the arts weekly) and, during the U.S.-Việt Nam War, a correspondent for *Văn nghệ* in Vĩnh Linh District just north of the demilitarized zone (DMZ). In 2000, Xuân Quỳnh was posthumously awarded the State Prize for Literature and the Arts. Her published works are *Tơ Tằm—Chồi biếc* (Silkworm thread—The green bud) (with Cẩm Lai, 1962), *Hoa dọc chiến hào* (Flowers along the battle trench) (1968), *Gió Lào cát trắng* (The Lao wind and the white sand) (1974), *Lời ru trên mặt đất* (Lullabies on the earth) (1978), *Cây trong phố* (Trees in the city) (with Ý Nhi, 1981), *Lưu Nguyễn* (Lưu Nguyễn) (1983), *Tự hát* (A song of self) (1984), and *Sân ga chiều em đi* (The station the afternoon I left) (1984). Her works for children include the books of poems, *Bầu trời trong quả trứng* (The horizon in an egg) (1982) and two books of stories, *Mùa xuân trên cánh đồng*

(Spring in the rice fields) (1981) and *Vẫn có ông trăng khác* (Still a different moon) (1986).

Ý NHI (1944–) is from Quảng Nam Province in central Việt Nam. Her full name is Hoàng Thị Ý Nhi. She studied language and literature and was a literary researcher before she became a poetry editor. She began to publish her poetry in newspapers while a university student. In 1969, she was corecipient of the Encouragement Prize from *Tuần báo Văn nghệ* (Literature and the arts weekly), received the 1985 First Prize in Poetry from the Việt Nam Writers Association, and in 2007 was among those chosen for a National Award in Literature and the Arts. Her poetry collections are *Trái tim—nỗi nhớ* (The heart—Longing) (with Lâm Thị Mỹ Dạ, 1974), *Đến với dòng sông* (Flowing with the stream) (1978), *Lời ru của mẹ* (Mother's lullabies) (with others, 1979), *Cây trong phố* (Trees in the city) (with Xuân Quỳnh, 1981), *Người đàn bà ngồi đan* (The women sit knitting) (1985), *Ngày thường* (Every day) (1987), *Mưa tuyết* (Rain and snow) (1991), *Gương mặt* (The face) (1991), *Vườn* (The garden) (1998), and *Thơ Ý Nhi* (Poems by Ý Nhi) (2002).

Translators

LADY BORTON: see Editors.

CHÂU DIÊN (given name: Phạm Toàn) was born in 1931, spent five years in the army during the Resistance War Against France, and has been a primary school teacher since 1953. He has published five works of educational research under the name Phạm Toàn. As Châu Diên, he has published three collections of short stories and a novel. Also as Châu Diên, he has translated works by Victor Hugo, Antoine de Saint-Exupéry, and Joseph Kessel and, most recently, de Tocqueville's *Democracy in America* (2007).

MARTHA COLLINS is the author of the book-length poem *Blue Front* (2006) as well as four earlier poetry collections and a recent chapbook, *Gone So Far* (2005). She has co-translated two poetry collections from

Vietnamese, *Green Rice* by Lâm Thị Mỹ Dạ (with Thúy Đinh, 2005) and *The Women Carry River Water* by Nguyễn Quang Thiều (with the author, 1997). Martha Collins is Pauline Delaney Professor of Creative Writing at Oberlin College, where she is an editor of *FIELD* magazine and of the Oberlin College Press.

REBEKAH LINH COLLINS was born in Việt Nam and adopted by a family in the United States toward the end of the war. She was guest editor of a special issue of *Michigan Quarterly Review* titled *Vietnam: Beyond the Frame Part II* (2005). She has a master's degree in Southeast Asian Studies from the University of Michigan and is currently a doctoral student at the University of California, Berkeley, where she is focusing on contemporary literature from Việt Nam and on Francophone and Anglophone Vietnamese literature.

THÚY ĐINH has published translations and her own writing in *Once Upon a Dream: Twenty Years of Vietnamese–American Experience* (1995); *Manoa; Asian American Writers* (2001); *Amerasia Journal; Rain Taxi Review of Books; Thế Kỷ 21* (21st century); and in *Hợp Lưu* (Confluence). In 2006, Pacific Rim Voices chose her co-translation with Martha Collins of Vietnamese poet Lâm Thị Mỹ Dạ's *Green Rice* (2005) as a Kiriyama Notable Book.

WENDY ERD splits her time between Homer, Alaska, and Hà Nội, Việt Nam. She writes poetry, creative nonfiction, radio commentaries, and scripts for museums and documentary films. She worked with an indigenous group near Homer to tell its own story through a community-based documentary film, *Kiputmen Naukurlulrpet* (Let it grow back), which explores the indigenous community's grief at losing its own language. Her current project with the Ford Foundation involves seven community-based films cooperatively produced with colleagues from China and Việt Nam.

HỮU NGỌC was born in 1918 in the Old Quarter of Hà Nội. He writes in Vietnamese, French, English, Chinese, and German and has published dozens of books about Vietnamese culture and has edited many more, both as general director of Việt Nam's Foreign Languages Publishing House and since his retirement. He is currently editor of the scholarly quarterly, *Vietnamese Studies*, which is published in French and English. In 2004, Hà Nội's Thế giới (World) Publishers brought out Hữu Ngọc's thousand-page compendium, *Wandering Through Vietnamese Culture*, which he wrote in English.

LÊ PHƯƠNG was born in 1926 in Nha Trang City of Khánh Hòa Province in southern Việt Nam and worked as a youth leader during the Resistance War Against France. During the U.S.-Việt Nam War, he served as a representative of the National Liberation Front of South Việt Nam (NLF) in Budapest, Prague, and Cairo and as director of the NLF Press Bureau in Stockholm. Lê Phương was General Secretary for UNESCO in Việt Nam and in 1984 was based at UNESCO in Paris. Later, he was editor-in-chief of *Le Courier*, a weekly published in English, French, and Russian.

ROSE MOXHAM was born in Camden, Australia, has a doctorate in literature, and taught writing at the University of Technology, Sydney. She received a grant from the New South Wales Ministry for the Arts and the Australia Council to live in Hà Nội and research a young adult novel about General Võ Nguyên Giáp, retired commander-in-chief of the North Vietnamese Armed Forces. She edited *Truyện ngắn Úc* (Australian short stories) (2005) as well as more than a dozen bilingual (Vietnamese-English) retellings of major international literary works. Her novels are *Brown Ink Diary* (1993) and *Teeth Marks* (2007).

NGUYỄN QUANG MINH was born and reared in France and went to the United States in 1999 for graduate studies. He holds a Ph.D. in mathematics from the University of Michigan and currently teaches multivariable calculus and precalculus at a San Francisco high school. He has worked with the Institute of Mathematics in Hà Nội and is the author of "A Vietnamese Experience in the South of France," which appeared in *Inhabiting Another's Phantasmagoria: Identity Experiences of Asians in Europe* (2007).

NGUYỄN QUANG THIỀU was born in Hà Tây Province in northern Việt Nam in 1957. A writer, scriptwriter, editor, painter, translator, and poet, he has published close to a dozen poetry collections, many of which have won national-level prizes. His translation of his own collection, *Những người đàn bà gánh nước sông* (The women carry river water) (with Martha Collins, 1997) received a Finalist Award from the American Literary Translators Association.

NGUYỄN THẾ VINH was born in 1981, educated at Hà Nội University of Communications and Transport, and has a master's degree in civil engineering. He translated James Joyce's *A Portrait of the Artist as a Young Man* (2005), the first Joyce work to appear in Vietnamese. In 2006, he attended the James Joyce Summer School at the University of Trieste, with sponsorship by the university and the Embassy of Ireland in Hà Nội. He is translating Joyce's *Dubliners*.

MICHELLE NOULLET was born and reared in Pittsburgh, Pennsylvania (USA) and completed her undergraduate work in liberal arts at the University of Pittsburgh. She has lived in Hà Nội since 1994 and teaches English at the United Nations International School. Her poems have appeared in small press publications and anthologies, including *Poets Against the War* (2003). Her connection with Việt Nam developed during the ten years she worked in refugee camps in Thailand, Indonesia, and the Philippines after the U.S.-Việt Nam War.

BRENDA PAIK SUNOO, writer and photojournalist, is the author of *Seaweed and Shamans: Inheriting the Gifts of Grief* (2006). She is a Reiki Master and bereavement specialist currently working in Hà Nội. She and Trish Thompson have opened the Hà Nội Community of Mindful Living, which offers grief support, Buddhist meditation practices, yoga, and Reiki. Her work is available at www.compassionatwork.com and www.vietvoyage.com.

TRISH THOMPSON is a native of the South Carolina Lowcountry (USA) and, after a major in journalism, enjoyed a career of field work with numerous minority populations in the United States and its Atlantic and Pacific Island Territories. She was received into the Order of Inter-Being, the core community of Vietnamese Zen Master Thích Nhất Hạnh. Currently a resident of Hà Nội, she practices and teaches the Art of Mindful Living, involves herself in various projects, and continues a life journey of learning to center on the present moment.

Tôn Thị Thu Nguyệt was born in 1954 in Quảng Ngãi Province in the center of Việt Nam. An experienced interpreter, she has taught English at Việt Nam National University in Hà Nội for twenty-eight years and has taught Vietnamese to foreigners in Hà Nội for twenty-six years. During the past ten years, she has run a personal charitable program to support university students in need. Since childhood, Tôn Thị Thu Nguyệt has been fond of reciting poems; she is currently translating Brenda Sunoo's *Seaweed and Shamans: Inheriting the Gifts of Grief* into Vietnamese for publication by the Women's Publishing House in Hà Nội.

Xuân Oanh was born in 1923 in the coal-mining area of Quảng Yên District, Quảng Ninh Province in northern Việt Nam. He is self-educated and has worked as a journalist, studio painter, poet, writer, social worker, songwriter, translator, and peace activist. Xuân Oanh joined the Vietnamese Revolution before 1945 and wrote the famous song, "August 19," which is played each year on the anniversary of Hà Nội's General Uprising (19 August 1945), when the people of Hà Nội took political power from the Japanese. As a people's diplomat, Xuân Oanh worked from 1968 to 1973 with the Vietnamese delegation at the Paris Peace Talks, where he met with peace groups from around the world. Later, he was vice-chairman and general secretary for the Việt Nam Peace Committee and the Việt Nam-U.S. Friendship Society. Xuân Oanh retired in 1990 to continue working on music and translations. He has translated many novels into Vietnamese, including the first publication in Việt Nam of Mark Twain's *Huckleberry Finn*. His translation into English of the Vietnamese play, *Trương Ba's Soul in the Butcher's Skin*, was performed during 1998 on the West Coast of the United States. In 2007, Xuân Oanh received the National Award for Literature and the Arts for his musical compositions.

Editors

LADY BORTON holds two honorary degrees for her work during the past forty years with all sides from the U.S.-Việt Nam War. Her poetry and her translations of Vietnamese poetry have appeared in anthologies published in Việt Nam and the United States. She is the author of *Sensing the Enemy: An American Among the Boat People of Viet Nam* (1984) and *After Sorrow: An American Among the Vietnamese* (1995). Her most recent book is *Hồ Chí Minh: A Journey* (2007). Lady has published English translations of General Võ Nguyên Giáp's *Điện Biên Phủ: Rendezvous with History* (2004), Dr. Lê Cao Đài's *The Central Highlands: A North Vietnamese Journal of Life on the Hồ Chí Minh Trail, 1965–1973* (2004), Phạm Hồng Cư's *General Giáp: His Youth* (2007), and translations of Vietnamese folk tales. With Hữu Ngọc, she is general editor of twenty-five bilingual booklets on Vietnamese culture. She lives in Hà Nội, though maintains her ties to Ohio University, where she is adjunct professor in the Southeast Asian Studies Program.

NGUYỄN THỊ MINH HÀ was born in Hà Nội in 1956 and grew up in the capital. She has a degree in Russian language from the Hà Nội Foreign Languages Institute and a degree in language and literature from Hà Nội University. Since 1978, she has been an editor at the Women's Publishing House in Hà Nội, where she is responsible for foreign literature.

NGUYỄN THỊ THANH BÌNH comes from Nghệ An Province in central Việt Nam and graduated with a degree in language and literature from Hà Nội University in 1977. She began working in 1978 as an editor at the Women's Publishing House, where she is responsible for Vietnamese literature.

PUBLICATION CREDITS

The editors would like to thank the poets, their publishers, and the translators for the permission to reprint and translate the work collected in this anthology. The English translations were all commissioned for this collection; in all cases, the English-language copyright for all poems included in this anthology resides with the translator(s).

The Vietnamese versions of many poems were taken with permission from *Tuyển thơ Tác giả nữ Việt Nam* (Anthology of Poetry by Vietnamese Women) (Hà Nội: Phụ nữ [Women's Publishing House], 2000), which is listed below as *Anthology of Poetry by Vietnamese Women*. The copyright of Vietnamese poems published here for the first time resides with the author(s).

*

The Vietnamese versions of the oral folk poetry *(cao dao)* were taken with permission from Vũ Ngọc Phan, *Tục ngữ ca dao dân ca Việt Nam* (Vietnamese folk poetry), collected and introduced by Vũ Ngọc Phan (Hà Nội: Văn học [Literature] Publishing House, 2003). Translations by Lady Borton.

Anh Thơ, "Spring Afternoon," from *Anthology of Poetry by Vietnamese Women*. See also: Anh Thơ, *Bức tranh quê* (Rural landscapes) (Hà Nội: Đời nay [Modern Times] Publishing House, 1941). Translation by Xuân Oanh and Lady Borton.

Mme. Bang Nhãn, "In Praise of the Marble Mountains," from *Anthology of Poetry by Vietnamese Women*. See also: *Văn đàn bảo giám* (Treasury of literature), translated from *Nôm* ideographic script into *Quốc Ngữ* Romanized script and edited by Trần Trung Viên (Hà Nội: Văn học [Literature] Publishing House, 2004). Translation into English by Lê Phương and Wendy Erd.

Bùi Thị Tuyết Mai, "Invitation," from *Mường trong* (The Mường inside) (Hà Nội: Hội Nhà Văn [Writers Association] Publishing House, 2005). Translation by Xuân Oanh and Rose Moxham.

Cao Ngọc Anh, "Self-Reproach," from *Anthology of Poetry by Vietnamese Women*. See also: Cao Ngọc Anh, *Khuê sầu thi thảo* (Excerpts from poetic discussions) (Hà Nội: Văn hóa và Thông tin [Culture and Information] Publishing House, 2002). Translation by Xuân Oanh and Lady Borton.

Cẩm Lai, "Silkworm Thread," from *Anthology of Poetry by Vietnamese Women*. See also: Cẩm Lai, *Tơ tằm—Chồi biếc* (Silkworm thread—The green bud, with Xuân Quỳnh) (Hà Nội: Văn học [Literature] Publishing House, 1962). Translation by Xuân Oanh and Rose Moxham.

Dạ Thảo Phương, "Late Lotus," published for the first time. Translation by Xuân Oanh and Lady Borton.

Diệu Nhân (Lý Ngọc Kiều), "Birth, Old Age, Sickness, Death," from *Anthology of Poetry by Vietnamese Women*. See also: *Thơ Văn Lý–Trần, T. 1* (Poetry from the Lý–Trần dynasties, Vol. 1) (Hà Nội: Khoa học xã hội [Social Sciences] Publishing House, 1977). Translation from Chinese into Romanized Vietnamese script by Nguyễn Đức Vân and Đào Phương Bình. Translation into English by Hữu Ngọc and Lady Borton.

Dư Thị Hoàn, "Going to the Pagoda," from *Anthology of Poetry by Vietnamese Women*. See also: Dư Thị Hoàn, *Lối nhỏ* (A small path) (Hải Phòng: Hội Văn học Nghệ thuật [Association for Literature and the Arts], 1988). Translation by Thúy Đinh and Martha Collins.

Đạm Phương, "Flood Relief," from *Văn học Việt Nam Thế ký XX* (Vietnamese literature of the 20th century), edited by Mai Quốc Liên (Hà Nội: Văn học [Literature] Publishing House, 2005). Translation by Lady Borton.

Đinh Thị Thu Vân, "Some Day We'll Turn Around," from *Anthology of Poetry by Vietnamese Women*. See also: Đinh Thị Thu Vân, *Một ngày ta ngoái lại* (Some day we'll turn around) (Long An: Hội Văn học nghệ thuật [Literature and the Arts Association], 2005). Translation by Xuân Oanh and Lady Borton.

Đoàn Ngọc Thu, "The City in the Afternoon Rain," from *Anthology of Poetry by Vietnamese Women*. See also: Đoàn Ngọc Thu, *Thầm thì sông trăng* (Confidences with the moonlit river) (Hà Nội: Văn học [Literature] Publishing House, 1992). Translation by Xuân Oanh and Lady Borton.

Đoàn Thị Điểm, excerpt from "Lament of a Warrior's Waiting Wife," from *Anthology of Poetry by Vietnamese Women*. See also: *Những khúc ngâm chọn lọc, T. 1* (Excerpts chosen from recited poetry, Vol. 1, translated from *Nôm* into *Quốc Ngữ* and edited by Lương Văn Đang, Nguyễn Thạch Giang, and Nguyễn Lộc (Hà Nội: Giáo dục [Education] Publishing House, 1994). Translation into English by Hữu Ngọc, Châu Diên, and Lady Borton.

Đoàn Thị Lam Luyến, "Her Husband, My Husband," from *Chồng chị chồng em* (Her husband, my husband) (Hà Nội: Hội Nhà văn [Writers Association] Publishing House, 1991). Translation by Lady Borton.

Đoàn Thị Tảo, "On Your Birthday," from *Anthology of Poetry by Vietnamese Women*. See also: Đoàn Thị Tảo, *Lá rụng* (Falling leaves) (Hà Nội: Lao động [Labor] Publishing House, 1996). Translation by Xuân Oanh and Lady Borton.

Đỗ Bạch Mai, "Five White Roses," from *Anthology of Poetry by Vietnamese Women*. See also: Đỗ Bạch Mai, *Năm bông hồng trắng* (Five white roses) (Hà Nội: Hội Nhà văn [Writers Association] Publishing House, 1996). Translation by Xuân Oanh and Lady Borton.

Giáng Vân, "Dying Day by Day," published for the first time. Translation by Châu Diên and Michelle Noullet.

Hà Phương, "A Meal by a Stream," from *Thành phố này là nỗi nhớ của tôi* (This city is my longing) (Hồ Chí Minh City: Văn nghệ [Literature and the Arts] Publishing House of Hồ Chí Minh City, 1981). Translation by Lady Borton.

Hoàng Thị Minh Khanh, "Calling the Sampan," from *Anthology of Poetry by Vietnamese Women*. See also: Hoàng Thị Minh Khanh, *Mùa ổi chín* (Season of ripe guavas) (Hà Nội: Hội Nhà văn [Writers Association] Publishing House, 1996). Translation by Xuân Oanh and Lady Borton.

Hoàng Việt Hằng, "Alone, I Stitch the Silences," from *Một mình khâu những lặng im* (Alone, I stitch the silences) (Hà Nội: Phụ nữ [Women's] Publishing House, 2005). Translation by Lady Borton.

Hồ Xuân Hương, "Sharing a Husband," "Betel Quid Invitation," and "Honoring the Fan," from *Thơ Hồ Xuân Hương* (Poetry by Hồ Xuân Hương) translated from *Nôm* into *Quốc Ngữ*, edited, and annotated by Nguyễn Lộc (Hà Nội: Văn học [Literature] Publishing House, 1982). "Sharing a Husband," translation into English by Hữu Ngọc and Lady Borton; "Betel Quid Invitation," translation into English by Xuân Oanh and Lady Borton; "Honoring the Fan," translation into English by Xuân Oanh and Lady Borton.

Hơ Vê, "The Sun's Pearl," from *Anthology of Poetry by Vietnamese Women*. See also: Hơ Vê, *Đóa hoa rừng* (Forest flowers) (Huế: Thuận Hóa [Thuận Hóa] Publishing House, 1990). Translation by Xuân Oanh and Lady Borton.

Huệ Phố, "The Woodcutters' Words," from *Anthology of Poetry by Vietnamese Women*. See also: *Mai Am và Huệ Phố* (Mai Am and Huệ Phố), translated and edited by Lương An (Huế: Thuận Hóa [Thuận Hóa] Publishing House, 2004). Translation from *Nôm* ideographic script into *Quốc Ngữ* Romanized script by Đoàn Trần Lâm. Translation into English by Lady Borton.

Hương Nghiêm, "I Don't Know," from *Anthology of Poetry by Vietnamese Women*. See also: Hương Nghiêm, *Ngọn cỏ hương trời* (Blade of grass with heavenly fragrance) (Hà Nội: Thanh niên [Youth] Publishing House, 1991). Translation by Nguyễn Quang Thiều and Lady Borton.

Khánh Chi, "Raindrops," from *Thơ Việt Nam, 1945–2000* (Vietnamese poetry, 1945–2000), edited by Gia Dũng (Hà Nội: Lao động [Labor] Publishing House, 2001). Translation by Xuân Oanh and Lady Borton.

Lâm Thị Mỹ Dạ, "I Return to Myself," from *Hồn đầy hoa cúc dại* (A soul filled with wild chrysanthemums) (Hà Nội: Hội Nhà văn [Writers Association] Publishing House, 2007). Translation by Xuân Oanh and Lady Borton.

Lê Giang, "The Hawker's Song," from *Anthology of Poetry by Vietnamese Women*. See also: Lê Giang, *Ơi anh chàng hát rong* (Oh, you itinerant singer) (Hồ Chí Minh City: Văn nghệ [Literature and the Arts] Publishing House of Hồ Chí Minh City, 1985). Translation by Xuân Oanh and Lady Borton.

Lê Hoàng Anh, "Harness Bells Late at Night," from *Anthology of Poetry by Vietnamese Women*. See also: Lê Hoàng Anh, *Ký ức xanh* (Blue memories) (Hà Nội: Văn học [Literature] Publishing House, 1995). Translation by Xuân Oanh and Rose Moxham.

Lê Ngọc Hân, excerpt from "Lament of Loneliness," from *Anthology of Poetry by Vietnamese Women*. See also: *Những khúc ngâm chọn lọc, T. 2* (Excerpts chosen from recited poetry, Vol. 2), translated from *Nôm* into *Quốc Ngữ* and edited by Nguyễn Thạch Giang (Hà Nội: Giáo dục [Education] Publishing House, 1994). Translation into English by Hữu Ngọc, Châu Diên, and Lady Borton.

Lê Thị Kim, "Grass and I," from *Anthology of Poetry by Vietnamese Women*. See also: Lê Thị Kim, *Thành phố Tháng tư* (The city in April) (Hà Nội: Hội Nhà Văn [Writers Association] Publishing House, 1984). Translation into English by Tôn Thị Thu Nguyệt and Brenda Paik Sunoo.

Lê Thị Mây, "The Sand in My Village," from *Anthology of Poetry by Vietnamese Women*. See also: Revised version in Lê Thị Mây, *Những mùa trăng mong chờ* (Moon seasons of waiting) (Hà Nội: Hội Nhà văn [Writers Association] Publishing House, 2002). The version in this anthology is the one preferred by Lê Thị Mây. Translation by Lady Borton.

Lê Thị Mỹ Ý, "Sleepless," published for the first time. Translation by Xuân Oanh and Lady Borton.

Lê Thị Ỷ Lan, "Being Non-Being," from *Anthology of Poetry by Vietnamese Women*. See also: *Thơ Văn Lý–Trần, T. 1* (Poetry from the Lý–Trần dynasties, Vol. 1), edited by Nguyễn Đức Vân and Đào Phương Bình (Hà Nội: Khoa học xã hội [Social Sciences] Publishing House, 1977). Translation from Chinese into Romanized Vietnamese script by Đoàn Trần Lâm. Translation into English by Xuân Oanh.

Lệ Thu, "My Poem," from *Anthology of Poetry by Vietnamese Women*. See also: Lệ Thu, *Nguyện cầu* (Prayers) (Hà Nội: Văn học [Literature] Publishing House, 1991). Translation by Xuân Oanh and Lady Borton.

Ly Hoàng Ly, "Whispered Confidences for You," from *Cỏ trắng* (White grass) (Hà Nội: Hội Nhà văn [Writers Association] Publishing House, 1999). Translation by Châu Diên, Nguyễn Quang Minh, and Rebekah Linh Collins.

Mai Am, "The Peasants' Words," from *Anthology of Poetry by Vietnamese Women*. See also: *Mai Am và Huệ Phố* (Mai Am and Huệ Phố), translated and edited by Lương An (Huế: Thuận Hóa [Thuận Hóa] Publishing House, 2004). Translation from *Nôm* into *Quốc Ngữ* by Đoàn Trần Lâm. Translation into English by Lady Borton.

Mai Đình, "Stunned," from *Anthology of Poetry by Vietnamese Women*. See also: Mai Đình, *Đôi hồn* (Two souls) (Đồng Nai: Đồng Nai [Đồng Nai] Publishing House, 1992). Translation by Xuân Oanh and Lady Borton.

Mộng Tuyết, "The Price of Rice in Tràng An," from *Anthology of Poetry by Vietnamese Women*. See also: Mộng Tuyết, *Gầy hoa cúc* (Thin chrysanthemums) (Hồ Chí Minh City: Văn nghệ [Literature and the Arts] Publishing House of Hồ Chí Minh City, 1996). Translation by Xuân Oanh and Lady Borton.

Ngân Giang, "Queen Trưng," from *Anthology of Poetry by Vietnamese Women*. See also: Ngân Giang, *Lấp lánh sông trời* (Glitter from the Milky Way) (Hà Nội: Phụ nữ [Women's] Publishing House, 2006). Translation by Xuân Oanh and Lady Borton.

Ngân Hoa, "The Field," from *Anthology of Poetry by Vietnamese Women.* See also: Ngân Hoa, *Cánh đồng* (The field) (Hà Nội: Văn học [Literature] Publishing House, 1996). Translation by Châu Diên and Michelle Noullet.

Nghiêm Thị Hằng, "Areca Season with No Harvest," from *Anthology of Poetry by Vietnamese Women.* See also: Nghiêm Thị Hằng, *Lời tỏ tình của biển* (The sea's words of love) (Hà Nội: Văn học [Literature] Publishing House, 1996). Translation by Lady Borton.

Ngô Chi Lan, "Lotus-Gathering Song," from *Anthology of Poetry by Vietnamese Women.* See also: *Kiến văn tiểu lục* (Nuggets of knowledge) edited by Lê Quý Đôn (Hà Nội: Lịch sử [History] Publishing House, 1962). Translation from Chinese into Romanized Vietnamese script by Phạm Trọng Điềm. Translation into English by Lady Borton.

Nguyễn Bảo Chân, "For My Father," from *Chân trần qua vệt rét* (Passing through a chilly time) (Hà Nội: Thanh niên [Youth] Publishing House, 1999). Translation by Lady Borton.

Nguyễn Nhược Thị [Bích], excerpt from "Chant of Redemption," from *Anthology of Poetry by Vietnamese Women.* See also: "Bài Hạnh thục ca" (Chant of Redemption) by Nguyễn Văn Tố, with translation, in *Tri tân* (New knowledge magazine) (Hà Nội: No. 112, 16 September 1943). Translation into English by Xuân Oanh and Lady Borton.

Nguyễn Thị Điểm Bích, "The Clarity of Morning Moonlight," from *Anthology of Poetry by Vietnamese Women.* See also: Nguyễn Thị Điểm Bích, *Vằng vặc trăng mai* (The clarity of morning moonlight) (Hà Nội: Khoa học xã hội [Social Sciences] Publishing House, 1988). Translation into English by Lady Borton.

Nguyễn Thị Hinh (Bà Huyện Thanh Quan), "Reaching Transverse Pass," from *Anthology of Poetry by Vietnamese Women.* See also: *Văn đàn bảo giám,* (Treasury of literature), translated and edited by Trần Trung Viên (Hà Nội: Văn học [Literature] Publishing House, 2004). Translation into English by Lê Phương and Wendy Erd.

Nguyễn Thị Hồng, "Calling Autumn," from *Anthology of Poetry by Vietnamese Women*. See also: Nguyễn Thị Hồng, *Gọi thu* (Calling autumn) (Hà Nội: Phụ nữ [Women's] Publishing House, 1992). Translation by Xuân Oanh and Lady Borton.

Nguyễn Thị Hồng Ngát, "My Dove," from *Anthology of Poetry by Vietnamese Women*. See also: Nguyễn Thị Hồng Ngát, *Biển đêm: Thơ tình chọn lọc* (Night sea: Selected love poems) (Hà Nội: Văn học [Literature] Publishing House, 1996). Translation by Nguyễn Quang Thiều and Lady Borton.

Nguyễn Thị Lộ, excerpt from "A Poem for Esteemed Nguyễn," from *Lễ nghi học sĩ Nguyễn Thị Lộ với thảm án Lệ chi viên* (Rituals of scholar Nguyễn Thị Lộ regarding the charges supported by the Lệ), edited by Hoàng Đạo Chúc (Hà Nội: Văn hóa và Thông tin [Culture and Information] Publishing House, 2004). Translation from Chinese into Romanized Vietnamese script by Vân Trình. Translation into English by Xuân Oanh and Lady Borton.

Nhàn Khanh, "A Self-Appraisal," from *Anthology of Poetry by Vietnamese Women*. See also: *Văn đàn bảo giám*, (Treasury of literature), translated from *Nôm* ideographic script into *Quốc Ngữ* Romanized script and edited by Trần Trung Viên (Hà Nội: Văn học [Literature] Publishing House, 2004). Translation into English by Xuân Oanh and Lady Borton.

Phạm Hồ Thu, "Lulling My Child to Sleep," from *Chiều Trương Chi* (Trương Chi's afternoon) (Hà Nội: Thanh niên [Youth] Publishing House, 2004). Translation by Xuân Oanh and Lady Borton.

Phạm Thị Ngọc Liên, "Street Memory," from *Thức đến sáng và mơ* (Awakening to light and dreams) (Hồ Chí Minh City: Văn nghệ [Literature and the Arts] Publishing House of Hồ Chí Minh City, 2004). Translation by Xuân Oanh and Lady Borton.

Phan Huyền Thư, "Remains of Late Afternoon," published for the first time. Translation by Châu Diên and Michelle Noullet.

Phan Thị Thanh Nhàn, "Hidden Perfume," from *Anthology of Poetry by Vietnamese Women*. See also: Phan Thị Thanh Nhàn, *Hương thầm* (Hidden perfume) (Hà Nội: Tác phẩm mới [New Works] Publishing House, 1973). Translation by Nguyễn Thế Vinh and Trish Thompson.

Phi Tuyết Ba, "Waning Moon," from *Lời tình yêu* (Words of love) (Hà Nội: Văn học [Literature] Publishing House, 1991). Translation by Xuân Oanh and Lady Borton.

Song Hảo, "At the Window," from *Anthology of Poetry by Vietnamese Women*. See also: Song Hảo, *Dòng sông của em* (My river) (Vĩnh Long: Hội Văn học nghệ thuật [Literature and the Arts Association], 1983). Translation by Tôn Thị Thu Nguyệt and Brenda Paik Sunoo.

Sương Nguyệt Anh, "New Lament of a Soldier's Waiting Wife," from *Anthology of Poetry by Vietnamese Women*. See also: *Văn học Việt Nam Thế kỷ XX* (Vietnamese literature of the 20th century), edited by Mai Quốc Liên (Hà Nội: Văn học [Literature] Publishing House, 2005). Translation from *Nôm* ideographic Vietnamese script into *Quốc Ngữ* Romanized Vietnamese script by Trần Đoàn Lâm. Translation into English by Lê Phương and Wendy Erd.

Thanh Nguyên, "Letter for My Lover with the Volunteer Youth," from *Anthology of Poetry by Vietnamese Women*. See also: Thanh Nguyên, *Khúc gọi tình 2* (Calling love 2) (Hồ Chí Minh City: Văn nghệ [Literature and the Arts] Publishing House of Hồ Chí Minh City, 1996). Translation by Xuân Oanh and Lady Borton.

Thu Nguyệt, "Dispersed," from *Điều thật* (True things) (Đồng Tháp: Hội Văn học nghệ thuật [Literature and the Arts Association] of Đồng Tháp, 1992). Translation by Xuân Oanh and Michelle Noullet.

Thúy Bắc, "Thread of Longing, Thread of Love," from *Anthology of Poetry by Vietnamese Women*. See also: Thúy Bắc, *Hoa trắng* (White flowers) (Hà Nội: Văn học [Literature] Publishing House, 1977). Translation by Lê Phương and Wendy Erd.

Trần Kim Hoa, "Dream in the Sun," from *Họa mi năm ngoái* (Last year's nightingale) (Hà Nội: Văn học [Literature] Publishing House, 2006). Translation by Châu Diên, Nguyễn Quang Minh, and Rebekah Linh Collins.

Trần Mộng Tú, "Lonely Cat," from *Thơ Trần Mộng Tú* (The Poetry of Trần Mộng Tú) (California: Vietnamese Publishing House, 1990). Translation by Lê Phương and Wendy Erd.

Trần Thị Khánh Hội, "The Pregnant Woman," from *Anthology of Poetry by Vietnamese Women*. See also: Trần Thị Khánh Hội, *Thơ tình sẽ gửi* (Love poems will be sent) (Hồ Chí Minh City: Văn nghệ [Literature and the Arts] Publishing House of Hồ Chí Minh City, 1990). Translation by Xuân Oanh and Lady Borton.

Trần Thị Mỹ Hạnh, "The Road Repair Team at Jade Beauty Mountain," from *Anthology of Poetry by Vietnamese Women*. See also: Trần Thị Mỹ Hạnh, *Gặp lại mình* (Meeting myself again) (Hà Nội: Lao động [Labor] Publishing House, 1989). Translation by Lady Borton.

Trần Thị Tuệ Mai, "Her Wedding," from *Anthology of Poetry by Vietnamese Women*. See also: Trần Thị Tuệ Mai, *Bay nghiêng vòng đời* (Flying at a tangent to life's circle) (Sài Gòn: Sáng tạo [Creative] Publishing House, 1971). Translation by Thúy Đinh and Martha Collins.

Trương Thị Kim Dung, "Yên Tử" (Yên Tử), from *Đoàn kết* (Unity) Newspaper (Hà Nội: No. 8, 29 January–1 February 2000). Translation by Xuân Oanh and Lady Borton.

T.T.KH, "Queen's Wreath in Two Colors," from *Anthology of Poetry by Vietnamese Women*. See also: *Tủ sách Thế giới văn học* (Bookcase of world literature), edited by Hoài Việt (Hà Nội: Hội Nhà văn [Writers Association] Publishing House, 1991). Translation by Thúy Đinh and Martha Collins.

Tuyết Nga, "The Sweetbriar Rose," from *Ảo giác* (Illusions) (Hà Nội: Hội Nhà văn [Writers Association] Publishing House, 2002). Translation by Xuân Oanh and Lady Borton.

Tương Phố, "Autumn Resentment," from *Anthology of Poetry by Vietnamese Women*. See also: Tương Phố, *Mưa gió sông Tương* (Storms on Tương River) (Sài Gòn: Bốn phương [Four Directions] Publishing House, 1960). Translation by Xuân Oanh and Lady Borton.

Vân Đài, "Old Dreams," from *Mùa hái quả* (Fruit harvesting season) (Hà Nội: Văn học [Literature] Publishing House, 1966). Translation by Xuân Oanh and Lady Borton.

Vi Thùy Linh, "O Rose O Snow," from *Đồng tử* (Pupils of the eye) (Hồ Chí Minh City: Văn nghệ [Literature and the Arts] Publishing House of Hồ Chí Minh City, 2005). Translation by Châu Diên, Nguyễn Quang Minh, and Rebekah Linh Collins.

Xuân Quỳnh, "The Boat and the Sea," from *Anthology of Poetry by Vietnamese Women*. See also: *Xuân Quỳnh–Cuộc đời và tác phẩm* (Xuân Quỳnh–Her life and work), edited by Lưu Khánh Thơ (Hà Nội: Phụ nữ [Women's] Publishing House, 2003). Translation by Xuân Oanh and Lady Borton.

Ý Nhi, "Longing," from *Thơ Ý Nhi* (Poetry by Ý Nhi) (Hà Nội: Hội Nhà văn [Writers Association] Publishing House, 2000). Translation by Thúy Đinh and Martha Collins.

*

Cover art: *Thiếu nữ với mùa xuân* (Young girls and spring), lacquer painting by Nguyễn Tiến Chung. Used with permission of Mme. Hồng Hải in Hà Nội.